सूर्य पाहिलेला माणूस

मकरंद साठे यांचे इतर प्रकाशित साहित्य

कादंबरी
अच्युत आठवले आणि आठवण (२००३)
ऑपरेशन यमू (२००४)
काळे रहस्य (२०१५)
गार्डन ऑफ ईडन ऊर्फ साई सोसायटी (२०१९)
मेलेल्या लेखकांच्या चौकशीचे प्रकरण : एक फिक्शन (२०२१)
त्रिविधा : युद्ध-शांती, हिंसा-क्रांती आणि लोकशाही या आशयसूत्राने बांधलेली एक त्रिधारात्मक फिक्शन (२०२४)

नाटक
घर / वाढदिवस (१९८७)
चारशे कोटी विसरभोळे (१९८७)
ठोंब्या (१९९७)
सापत्नेकराचं मूल (१९९७)
सूर्य पाहिलेला माणूस (१९९९)
चौक (२००५)
गोळायुग (२००७)
ते पुढे गेले (२००७)
आषाढबार (२०१७)
रोमन साम्राज्याची पडझड (२०१८)
ऐसपैस सोईने बैस (२०१८)
दलपतसिंग येती गावा (सहलेखन) (२०१९)
वारंवार कुरुक्षेत्री येताती मनुष्ये (२०२०)
प्रस्थान ऊर्फ एक्झिट (२०२३)

ललितेतर
जागतिकीकरण आणि सांस्कृतिक अस्मिता (२००३) मराठी रंगभूमीच्या तीस रात्री : खंड १ ते ३ (२०११) मकरंद साठे : निवडक निबंध-१ (२०१८)
मकरंद साठे : निवडक निबंध-२ (२०१८)

सूर्य पाहिलेला माणूस

मकरंद साठे

पॉप्युलर प्रकाशन, मुंबई

सूर्य पाहिलेला माणूस
(म-१३००)
पॉप्युलर प्रकाशन
ISBN 978-81-7991-971-2

SURYA PAHILELA MANUS
(Marathi : Play)
Makarand Sathe

पहिली आवृत्ती : १९९९/१९२१
(मॅजेस्टिक प्रकाशन)
दुसरी आवृत्ती : २०१९/१९४१
पुनर्मुद्रण : २०२३ / १९४४
दुसरे पुनर्मुद्रण : २०२६ / १९४८

मुखपृष्ठ मांडणी : अंजली सावंत

प्रकाशक
अस्मिता मोहिते
पॉप्युलर प्रकाशन प्रा. लि.
३०१, महालक्ष्मी चेंबर्स
२२, भुलाभाई देसाई मार्ग
मुंबई ४०० ०२६

अक्षरजुळणी
स्वाती अमरे
२५९/३, निर्मल को-ऑप. सोसायटी
सेक्टर - २, चारकोप
कांदिवली (प.)
मुंबई ४०० ०६७

मुद्रक
ट्रिनिटी अकॅडमी फॉर कॉर्पोरेट ट्रेनिंग लि.
पुणे

चि. मुक्तास...

लेखकाचे चार शब्द

ऐतिहासिक घटना आणि व्यक्तिरेखा यांचे चित्रण असणाऱ्या नाट्यलेखनासाठी अनेक संदर्भग्रंथांचे वाचन व अभ्यास आवश्यक असतो, हे मुद्दामहून सांगण्याची आवश्यकता नाही. एखाद्या वैचारिक निबंधाबरोबर संदर्भग्रंथांची सूची दिली जाते, तशी नाटकाबरोबर देण्याची पद्धत नसली तरी एका गोष्टीचा उल्लेख करणे आवश्यक वाटते. सॉक्रेटिसने स्वत: काहीही लिहून ठेवले नसले तरी प्लेटो या त्याच्या शिष्याने सॉक्रेटिस व त्याच्या तत्त्वज्ञानाविषयी विपुल लिखाण केलेले आहे. ते 'प्लेटोचे संवाद' ('Dialogues of Plato') या नावाने अनेक भाषांत उपलब्ध आहे, हे सर्वश्रुत आहे. या नाटतातील काही प्रवेश 'Dialogues of Plato'च्या दोन इंग्रजी आवृत्त्यांवर आधारित आहेत. 'Dialogues of Plato'ची पृष्ठसंख्या मोठी आहे; आशयाची व्याप्ती प्रचंड आहे. नाटकातील काही प्रवेशांत, नाटकाच्या आशयाशी निगडित असा, या संदर्भग्रंथांतील निवडक सारांश सॉक्रेटिसच्या तोंडी शोभेल अशा मराठी भाषेत मांडण्याच्या कामी प्लेटोच्या लिखाणाचे 'संवादस्वरूप' फारच उपयुक्त ठरले, याचा मी कृतज्ञतापूर्वक उल्लेख करतो.

मकरंद साठे

या नाटकाचा पहिला प्रयोग रविवार दिनांक २४ जानेवारी १९९९ रोजी संध्याकाळी ५.३० वाजता भरत नाट्यमंदिर, पुणे येथे सादर झाला.

श्रेयनामावली

निर्मिती : मनोरंजन, पुणे आणि
स्फूर्ती थिएटर्स, मुंबई
नेपथ्यकार : मकरंद साठे
दिग्दर्शक : अतुल पेठे
वेशभूषा : श्याम भुतकर
रंगभूषा : विक्रम गायकवाड
प्रकाशयोजना : श्रीकांत एकबोटे, हर्षवर्धन पाठक
सूत्रधार : मोहन कुलकर्णी, विजय केंकरे

कलाकार

क्रिटो : गजानन परांजपे
प्लेटो : धीरेश जोशी
अल्किबियाडिस : अनिल भागवत
फिडो : समीर जोशी
व्यक्ती १ : दिलीप जोगळेकर
व्यक्ती २ आणि मेलेटस : सुधीर मुंगी
व्यक्ती ३ : निशीथ दधीच
व्यक्ती ४ : अभय गोडसे
कैदी : प्रवीण खांदवे
तुरुंगाधिकारी : सुधीर राजदेरकर
झांटिपी : पूर्वा केसकर / ज्योती सुभाष
सॉक्रेटिस : श्रीराम लागू

अंक पहिला

[रंगमंचावर तिघेजण. मागील पडद्यावर वेगळ्याच सावल्या. एखाद्या तापदायक वादविवादानंतर यावी अशी शांतता. २ आणि ३ अस्वस्थ, १ मात्र अत्यंत शांत, आरामात.]

१ : उत्तम! बरी भूक लागेल आता!

[२ आणि ३ लक्ष देत नाहीत.]

१ : तुम्हाला नाही लागली भूक?

[विराम]

१ : चांगली गरम गरम...

३ : गप, रे, बाबा.

२ : एवढ्या चर्चेनंतरही या गृहस्थांची मन:शांती ढळत नाही. रक्त उसळत नाही. काहीही होवो.

३ : हे काही कौतुक नाही.

२ : कौतुक नाही तर काय? नकोच ढळायला मन:शांती.

३ : ढळावी मन:शांती! मन:शांती म्हणजे काय पदर नव्हे, ढळू नये म्हणायला!

[१ जोरात हसतो. विराम.]

१ : चला जेवून घेऊ.

२ : आपण रक्त आटवणार आणि लोक यांच्यासारखे राहणार, थंड गोळे! [क्षणिक विराम.] आपण भांडत राहणार. कोणालाच, कोणाचंच, कधीच, काहीच पटणार नाही.

१ : (टाळ्या वाजवत) शेवटच्या दोन शब्दांत 'क' नव्हता, बाकी बरं जमलं.

[३ आणि १ हसायला लागतात. २ रागावलेला.]

२ : सोयिस्कर असला तर याच्या विनोदालासुद्धा हसा तुम्ही. फायदेशीर नसला तर एखाद्या उत्तम विनोदानंसुद्धा तुमच्या तोंडावरची माशी हलत नाही. वर हा आमचा राजकीय पवित्रा होता, असंही स्पष्ट सांगा.

३ : स्पष्टच असतो तो. प्रत्येकाचा राजकीय पवित्रा असतोच. तुमचाही असतो. आम्ही स्पष्ट सांगतो एवढंच. आणि हा? हा कितीही टिंगल करो, ही टिंगल म्हणजेसुद्धा राजकीय पवित्राच असतो त्याचा.

१ : निदान 'क'च्या बाराखड्या तर लावत नाही दिमाखदार! स्वच्छ, सरळ वागा कधीतरी. सगळ्याचा गुंता करून टाकता. चला, भूक लागली.

३ : तुमच्यावरचा वैताग आता मला असह्य व्हायला लागलाय.

[विराम]

१ : नुसतं बसून राहायचं का मग इथं?

३ : हो, काही होणार नाहीये इथं. जमतंय तेवढे पैसे लाटायचे यांच्यासारखे आणि तोंडावर असं सुख घेऊन बसून राह्यचं. कोणी काही करणार नाही. कोणी नवं येणार नाही. आहे तसं सगळं दिसत राहणार.

[तेवढ्यात एक माणूस धडपडत आत येतो. डोळे दिपल्यासारखा आंधळा आहे. तिघेहीजण त्याच्याकडे धावतात. त्याला सावरून बसवतात.]

१ : काय झालं? काय झालं बाबा तुला?

[४ काहीच बोलत नाही. १ धावत आत जातो.]

२ : (३ला उद्देशून) पाणी आण, पाणी आण!

३ : तुम्ही का नाही आणत? दुसऱ्याला मदत करावी, असं तुमच्याही विचारसरणीत आहे, असा तुमचा दावा आहे.

२ : हो, पण आपला दावा जास्त श्रेष्ठ, असं आपलं मत आहे. मी पाणी आणायला गेलो, तर तेवढ्या वेळात याला आपल्या बाजूला वळवायचा प्रयत्न करशील तू. मी काय तुला ओळखत नाही?

[तेवढ्यात १ पाणी घेऊन आला आहे.]

१ : घे, पाणी पी जरा, काय झालं तुला? कोणी भेटलं काय यांच्यासारखं बाहेर?

३ : आमच्यासारखं? तुला आमच्या तडफडीचा अर्थच कधी कळणार नाही.

२ : खरंय. हा कुठून आला पण? कुठला तू, बाबा? कुठल्या जगातला? कुठल्या काळातला? काय झालं तुला? इथं नीट... [इकडे तिकडे बघत आश्चर्यचकित होतो.] इथं? हे आपण कुठं आलोय? ही आपली नेहमीची जागा नाही. ही जागाच वेगळी आहे.

३ : वेगळीच नाही. विचित्र पण आहे... एकदा लक्षात आलं, की फार भयाण वाटायला लागतंय इथं.

१ : मी कितीतरी वेळापूर्वी म्हणालो होतो. ही जागा वेगळी आहे, म्हणून. दोन-चारदा बोललो मी, ही जागा वेगळी आहे, ही जागा वेगळी...

२ : बोललास ना! आणि लगेच 'काहीतरी खेळूया' असंही म्हणत होतास – मधे श्वास घेण्यासाठीसुद्धा न थांबता. कोण घेईल तुला सीरियसली? त्रास नुसता.

३ : खरंय. भातुकली खेळताना मुलं बेभान होतात ना, त्या अवस्थेत सारखं जायचं असतं तुला.

१ : भातुकली हे जगणंच असतं त्यांच्यासाठी. आपण आपले नियम ठरवावेत... आणि खेळत बसावं. कधीतरी तुमच्या डोक्यात उजेड...

४ : (मधे तोडत) माझे डोळे गेले, हो! पार गेले, वाटतंय.

३ : काही गेले नाहीत आणि काही नाहीत. आम्हालाही होतं असं अधेमधे. येतील फिरून. डोळेच ते, येतील थोड्या वेळानं.

[विराम]

२ : काय करायचं आता?

१ : खेळ खेळूया? पूर्वीचा? सावल्यांचा?

[कोणी काहीच बोलत नाही. २ आणि ३ फक्त रागावून बघतात. २ फेऱ्या घालू लागतो. दीर्घ विराम.]

२ : ही जागाच चमत्कारिक आहे. इथं कोणी फारसं येतही नाही कधी.

[तेवढ्यात चार-पाचजण एका बाजूने येऊन दुसऱ्या बाजूस जातात. प्लेटो, सॉक्रेटिस, क्रिटो, अल्किबियाडिस आणि फिडो. दरम्यान—]

१ : (लहान मुलासारखा हसत) ही जागा खरंच चमत्कारिक आहे. 'इथं कोणी येणार नाही', असं म्हटलं की दरवेळी कोणीतरी जादू केल्यासारखं येतं. एखादं पुस्तक वाचत असताना अचानक आपल्याला पूर्वी कधीच न सुचलेला एखादा विचार त्यातून कळावा, तसं! मजा आहे!

२ : अरे, पण कोण हे?

[२, ३ आणि ४ दचकून उभे राहिले आहेत.]

३ : मला खरंच थोडं थोडं आठवायला लागलंय.

१ : मलाही थोडं थोडं आठवायला लागलंय.

४ : मला थोडं थोडं दिसायला लागलंय.

२ : त्या सर्वांत पुढं असणाऱ्या माणसाला ओळखलंस?

३ : त्या?

२ : तोच. अरे, तो सॉक्रेटिस...

३ : सॉक्रेटिस! ग्रीक तत्त्वज्ञ सॉक्रेटिस!

२ : तोच तो. पुढचा, बुटका, दाढीवाला.

४ : आणि म्हणजे त्याच्यामागचा उंच, तो त्याचा शिष्य असणार, प्लेटो.

२ : आणि सरळ नाकाचा होता, तो त्याचा मित्र – क्रिटो!

३ : आणि पाय लटपटणारा नक्कीच अल्किबियाडिस!

४ : आणि सर्वांत मागचा फिडो.

१ : फिडो?

फिडो : (आपल्याला हाक मारली, असं वाटून) हो, मीच फिडो.

२ : आता कळलं, आणि ही जागा म्हणजे गुहा आहे प्लेटोची!

फिडो : सॉक्रेटिसची.

१ : खरी कुणाची? प्लेटो सांगतो, ते खरं त्याचं किती आणि सॉक्रेटिसचं किती? [फिडो हसतो.]

३ : काय झालं, ते सगळं आठवत नाही पण नीट. गुहेच्या या भागात कसे आलो आपण? झांजावल्यासारखं होतंय. हातापायांतले साखळदंड मात्र आठवतात. बाकी नाही आठवत.

फिडो : मला आठवतंय सगळं. सॉक्रेटिसनं मलाच तर सांगितलं ना पहिल्यांदा!

२ : परत सांग आम्हाला.

फिडो : आम्ही सगळे बसलो होतो नेहमीप्रमाणे. सॉक्रेटिस त्या दिवशी उशिरा आला. [सॉक्रेटिस आत येतो.] आणि त्या दिवशी वेगळंच बोलायला लागला...

सॉक्रेटिस : [तो बोलत असताना रंगमंचाच्या मागील बाजूस बोलण्याप्रमाणे दृश्य दिसू लागते.] ही बघा गुहा. सर्व मनुष्यजात इथं वास्तव्य करते. या गुहेचं तोंड त्या बाजूला आहे बघा लहानसं. इतकं लहान की त्यातून उजेडसुद्धा धड आत येत नाही. लहानपणापासून इथंच असतात सर्वजण. हातपाय साखळदंडांनी बांधलेले. मान खोड्यात अडकवलेली. कोणाला हलताही येत नाही. नजर समोर फक्त एकाच दिशेला बघू शकणारी... आणि त्या माणसांच्या मागं पाहिलंत? प्रखर अग्नी आहे. त्याचाच उजेड आहे गुहेत. आणि नीट पाहिलंत तर ती भिंत दिसेल, अग्नीच्या आणि माणसांच्या मधे असणारी.

फिडो : दिसतेय मला.

सॉक्रेटिस : आणि भिंतीवर बघा, पुठ्ठ्यांचे आकार हलवले जात आहेत. विविध आकार – माणसांचे, प्राण्यांचे, वस्तूंचे. या सगळ्यांच्या सावल्या पडताहेत समोरच्या भिंतीवर. त्या बघून काही लोक हातवारे करत बोलताहेत. काही गप्प बसले आहेत. दिसले?

फिडो : सॉक्रेटिस, हे सगळंच चमत्कारिक दृश्य आहे. हे कैदीही किती चमत्कारिक आहेत!

सॉक्रेटिस : कसे फक्त समोरच बघू शकतात, बघा. फक्त स्वत:च्या आणि पुठ्ठ्याच्या आकृत्यांच्या सावल्याच ते बघू शकतात.

फिडो : पण ते काय बोलतायत आपापसात?

सॉक्रेटिस : ते या सावल्या ओळखू शकतात ना आता? त्यांना नावं देतात ते मग. 'आई, वडील, हत्ती, संपत्ती, लढाई –' अशी. या बाजूला कोणी बोललं, तर

भिंतीवरून प्रतिध्वनी येतो. मग त्यांना वाटतं, त्या सावल्याच बोलल्या. ते सावल्यांचं भवितव्य ठरवतात. मग त्यांच्याशी बोलतात. आता त्यांच्यासाठी 'सत्य' म्हणजे या आकृत्यांच्या सावल्या.

फिडो : खरं आहे.

सॉक्रेटिस : आणि ते बघा, काय झालं! त्यांच्यांतला एकजण मोकळा झाला आपल्या बंधनामधून. त्यानं आपली मान वळवली आणि आता त्याला दिसतोय त्याच्या मागचा अग्नी. त्या अग्नीचा उजेड. ज्या प्रतिमांच्या सावल्यांना तो आतापर्यंत विश्‍व मानत होता, त्या सावल्या तर जाऊच द्या, त्याला ते आकारही धड दिसत नाहीयेत आता, आणि आता त्याच्या शेजारी येऊन उभा आहे, तो त्याचा शिक्षक, गुरू.

[प्लेटो शिक्षकाच्या भूमिकेत त्या माणसाशेजारी उभा आहे.]

प्लेटो : ऊठ, उघड डोळे. डोळे क्षणभर दिपले, तरी नंतर नक्कीच दिसू लागतं. आता हे आत्ताचं सत्य बघ. पहिल्यांदा पाहत होतात, त्या फक्त सावल्या होत्या. (पुठ्ठ्याच्या आकृत्या दाखवत) हे पाहिलंस काय आहे? ओळखतोस?

[माणूस थक्क उभा.]

सॉक्रेटिस : बघा, त्याला त्यानं मघाशी दिलेली नावंही सांगता येत नाहीत. त्याला असं तर वाटत नसेल, की 'या तर पुठ्ठ्याच्या आकृत्या! त्या सावल्याच खऱ्या होत्या?' आणि आता बघा, या खडतर वाटेनं त्याला मदत करत, ढकलत बाहेर नेताहेत. गुहेच्या मुखातून बाहेर. आता तो प्रत्यक्ष सूर्यप्रकाशात आला. आता त्याच्या आजूबाजूचं विश्‍व हे सत्य आहे.

फिडो : पण सॉक्रेटिस, अचानक अंधारातून उजेडात आल्यामुळे बिचाऱ्याचे डोळे दिपले आहेत. कसं दिसेल त्याला सगळं?

सॉक्रेटिस : तो सरावेल हळूहळू. पहिल्यांदा तो सावलीतल्या वस्तू बघू शकेल, मग प्रतिबिंब, स्वत:सकट. मग चंद्र, तारे, आकाशभर पसरलेला स्वर्ग आणि शेवटी स्वच्छ प्रकाश आणि सूर्य. सूर्याचं दर्शन! मग तो स्वत:ला प्रतिबिंबाऐवजी स्वत:तच बघू शकेल. मग आपणच सर्व गोष्टींचं कारण आहोत, असं नाही वाटणार त्याला! त्याला आधी प्रकाश दिसेल. मग विवेक आणि मग समजा, त्याला परत गुहेची आठवण झाली, आपल्याबरोबरच्या कैद्यांची आठवण झाली, तर त्याला त्यांच्याविषयी दया वाटू लागेल. त्याला आपण पूर्वी सर्वांसमवेत सावल्या बघायचो, खेळायचो, त्यात बक्षीस, मानसन्मान मिळवायचो, हे आठवेल. पण आता त्याला त्या मानसन्मानांचं अप्रूप वाटणार नाही. आता तो पूर्वीसारखं जगण्याऐवजी एक वेळ हालअपेष्टा सोसेल.

३ : (अचानक पुढं येत) क्षमा करा, पण मला एक प्रश्न आहे. मला आठवतंय आता थोडं थोडं. त्याला दिसलेला सूर्य, तुम्हाला दिसलेला सूर्य आणि मला दिसलेला सूर्य वेगवेगळा असला तर?

सॉक्रेटिस : असे सूर्य पाहणारे लोकच गुहेच्या या भागात येतात. तुम्ही आलात तसे. असे प्रश्न पडणारच. विवेकानंच या सर्व सूर्यांचं ज्ञान एकत्र होऊ शकतं. खरा सूर्य कळत राहतो, हळूहळू, आयुष्यभर.

२ : पण तोपर्यंत काय धरून जगायचं? इतरांबरोबर कसं वागायचं?

[सॉक्रेटिस फक्त हसतो आणि उत्तर न देता दुसऱ्या बाजूस चालत जाऊ लागतो. सर्वजण त्याच्याकडे बघत आहेत. सॉक्रेटिस चालता चालता अचानक स्तब्ध उभा राहतो. नजर अनंतात. प्लेटो इत्यादी बसतात. १, २, ३ व ४ आश्चर्यचकित होऊन सॉक्रेटिसजवळ जाऊ लागतात.]

प्लेटो : काळजी करू नका. तो असाच स्तब्ध होतो अनेकदा.

अल्किबियाडिस : प्रत्यक्ष युद्धात असा शांत राहायचा हा गृहस्थ. विचार करत बसायचा. एकदा तर रात्रभर असा उभा होता. दुसऱ्या दिवशी सकाळपर्यंत... आणि उजाडल्यावर जणू काही झालंच नसल्यासारखा आपल्या मार्गानं चालू लागला.

[सॉक्रेटिस निघून जातो.]

१ : (मधे तोडत) आता यांनी गुहेबद्दल सगळं सांगितलं नाही. पुढं काय झालं... त्या सूर्य दिसलेल्या माणसाचं? आता कसं कळणार आपल्याला?

प्लेटो : मी सांगतो. तो गुहेत परत आला, बघा. अचानक उजेडातून अंधारात आल्यावर काही दिसेनासं झालंय त्याला. अचानक अंधारातून उजेडात जा, वा उजेडातून अंधारात. दोन्ही वेळा थोडा वेळ आंधळेपण येतंच आणि दोन्ही वेळा बाकीचे लोक तसेच हसतात. आता तो इतर कैद्यांच्या बरोबर त्या सावल्यांमध्ये रमू शकत नाही. अशा वेळी इतर कैदी काय म्हणतात? हा वर गेला आणि डोळे गमावून खाली आला. आता हे कळल्यावर कोणीही वर जाणार नाही. कोण गमावून घेईल डोळे? तो सूर्य बघून आलेलाच हास्यास्पद ठरणार. आता उरलेल्यांना तो आपल्यापेक्षा वेगळा वाटणार. ते त्याची टिंगल करणार. त्याचं बोलणं त्यांना त्रासदायक वाटणार.

३ : पण अशा परिस्थितीत त्यानं काय करायचं? जगायचं कसं?

प्लेटो : अशीच परिस्थिती असते नेहमी गुहेच्या या भागात. सूर्य पाहिल्यानंतर कसं जगायचं, हे काहींना कळत नाही, मग तो सूर्य कुठलाही असो. ही मंडळी काय काय करत असतील? तर तो सूर्यच पहिल्यांदा झाकोळून टाकतात –

स्वत:च्याच वागण्यानं. स्वत: तर हास्यास्पद होतातच, पण सूर्यालाही ग्रहण लावतात.

३ : म्हणजे? कसं जगायचं मग?

प्लेटो : सॉक्रेटिस तसं जगला. बरेच जगले असतील तसे किंवा मेले असतील...

४ : मेले? म्हणजे?

[कोणीच उत्तर देत नाही. दीर्घ विराम. ४ एकटाच हरवलेला, इकडे तिकडे हिंडू लागतो. विचारमग्न. १, २ व ३ आपापसात बघतात.]

१ : मी... मी त्याला एक विनोद सांगतो. म्हणजे त्याला जरा बरं वाटेल. आत्ताच आलाय तो इथं. नवा माणूस अस्वस्थ असतोच.

३ : विनोद! आत्ता विनोदाची वेळ आहे का?

क्रिटो : नेहमीच असते विनोदाची वेळ. हे समजायला वेळ लागतो.

४ : मला नाही सहन होत. तुम्ही सगळे कोण? कुठून आलात? मी इतक्या भयाण परिस्थितीतून आलोय. त्या आठवणींनीसुद्धा माझ्या अंगावर काटा उठतो. ही जागा आहे तरी कुठली? काय उपयोग हे ज्ञान मिळून? माझ्या देशात काही उपयोग नाही त्याचा. कुठलाही विधिनिषेध कुणाला तिथं उरलेला नाही. जगण्यातच अर्थ नाहीये तिथं.

[विराम]

क्रिटो : आम्हीही गेलोय अशा परिस्थितीतून. माणूस पराकोटीचा अस्वस्थ होतोच अशा वेळी.

२ : म्हणजे? आपल्या मनासारखी परिस्थिती नसली, की झालं? सगळ्यांनी आपल्या मनासारखं वागलं पाहिजे?

क्रिटो : असा नाही अर्थ त्याचा. मनासारखी परिस्थिती आहे, की नाही, ते कळण्यासाठीसुद्धा थोडीशी स्वच्छ परिस्थिती लागते. ही स्वच्छताच असत नाही ना अशा वेळी. परिस्थिती कळलीच पाहिजे, काय आहे ती!... आणि ती फार वाईट असली तर माणसावर माणूस म्हणून एक किमान विश्वासुद्धा ठेवता येत नाही.

४ : हेच! हेच झालंय, माझ्या तिथं. सगळ्यात जवळ असणाऱ्या माणसावरही विश्वास ठेवता येईनासा झालाय. कोण खरा, कसा, हेच कळेनासं झालं; खरं काय, तेच कळेनासं झालं; मीच वेडा, का शहाणा, तेच कळेनासं झालं. मग मी शोध घ्यायला लागलो आणि शोधता शोधता इथं येऊन पडलो. आणि आता तुम्ही मला सांगताय, ज्ञानी लोक इथं येतात, म्हणून. हे कळणं म्हणजे ज्ञान?

प्लेटो : असेच लोक येतात इथं. सूर्य पाहून डोळे दिपलेले. पण घाबरू नकोस.

आमचा समाजही असाच झाला होता एके काळी. लोकशाहीच्या नावाखाली काही नको त्या लोकांच्या हाती सत्ता गेलेला. भ्रष्टाचारानं किडलेला. प्रत्येक सामाजात अशा अवस्था येतातच. पण अशा परिस्थितीतही सॉक्रेटिससारखी माणसं असतातच.

४ : सॉक्रेटिससारखी?

क्रिटो : या सॉक्रेटिससारखी. आयुष्यभर ढोंगी माणसांचे बुरखे फाडणारी, सत्य काय त्याचा शोध घेत त्याप्रमाणेच जगणारी – बायको-मुलांचाही विचार न करता, मित्रांचा विचार न करता. बुद्धी स्थिर ठेवून जगणारी. गरिबी जवळ जवळ ओढवून घेणारी. तो असाच जगला, इतर कशाचीही तमा न बाळगता. [तेवढ्यात ४ उठून जाऊ लागतो. अस्वस्थ.]

क्रिटो : थांब, एवढा अस्वस्थ होऊ नकोस.

४ : सांगणं सोपं आहे. पण या परिस्थितीत मला ते अवघड आहे. मला खरंच कळेनासं झालंय काहीही. कसा जगू इथं, माझं सत्त्व आणि स्वत्व कायम ठेवून? कोणाबरोबर कसा जगू? माझी बायको – खरंच मला साथ देत होती वर्षानुवर्षं. पण आता तिलाही नाही सहन होत हे. खुळ्यासारखं वाटतं मला सांगायलासुद्धा. पण मी असा विचार करत, योग्य वगैरे जगण्याचा प्रयत्न करतो, म्हणून हसतात मला लोक. पूर्वी पाठीमागं हसायचे, आता तोंडावर माझा अपमान करतात. माझी बायको आता मला विचारते, 'कशाकरता हे सगळं?' आता नाही सहन होत तिला मानहानी, आमच्या दोघांची. आता? आता माझा मार्ग सोडून त्यांनाच सामील होऊ? आणि त्यांना म्हणजे कुणाला? एरवी एकमेकांची तोंडं न पाहणारी माणसं माझ्याविरुद्ध मात्र एकत्र येतात. एखादा कट केल्यासारखी. काल आपण काय बोलत होतो, त्याचा विधिनिषेध नसतो त्यांना. [आता तो खूपच विस्कटून बोलतोय.] माझी मुलं माझ्यापासून दूर नेली जातात. हजार लोक प्रभाव टाकत असतात त्यांच्यावर. मी...

क्रिटो : शांत हो, बैस... इथं बैस. अशाच परिस्थितीत जगला सॉक्रेटिस. सगळं सांगत बसत नाही तुला, पण सॉक्रेटिसवर कसे खोटे आरोप केले गेले आणि त्याला तो कसा सामोरा गेला, ते तुला सांगतो. ऐक. आपल्यासारख्याच परिस्थितीतल्या माणसांबद्दल ऐकून कधी कधी शांत वाटतं. ऐक.

अल्किबियाडिस : मी सांगतो. प्रश्न पराकोटीचा झाला, तेव्हापासून सांगतो, निदान आम्हाला ते कळलं, त्या दिवसापासून सांगतो. त्या दिवशी सॉक्रेटिस... नेहमीप्रमाणे आम्ही चौकात बसायचो, तिथं आला नाही, म्हणून आम्ही त्याच्या घरी गेलो. नेहमीचेच सगळे. फक्त फिडो कुठंतरी गायब होता. घरात

स्मशानशांतता. सॉक्रेटिस तंद्रीत उभा. [सॉक्रेटिस स्तब्ध उभा दिसतो.] आम्ही नेहमीप्रमाणे तो तंद्रीतून बाहेर येण्याची वाट बघण्याच्या तयारीनं बसलो. झांटिपी, त्याची बायको, तीही कुठं दिसत नव्हती. आम्ही आलेलं झांटिपीला कधीच आवडत नसे. त्यातल्या त्यात ती सरळ कधी बोलली, तर प्लेटोशी बोलायची. ती बाहेर येण्याच्या आत सॉक्रेटिस उठावा, एवढीच आमची इच्छा होती.

झांटिपी : (आत येत) तुम्ही? आलात परत?

क्रिटो : झांटिपी, अग, घरी आलेल्या माणसांना...

झांटिपी : घरी आलेले चोरटे, म्हणा. भाषणबाजी ऐकणारे फुकटे...

क्रिटो : (अल्किबियाडिस बाहेर जाऊ लागतो. त्याला थांबवत) हे तुझं असं वागणं सॉक्रेटिसला आवडणार नाही.

झांटिपी : त्याला? काय करेल तो? घराच्या बाहेर जाईल, एवढंच ना? घेऊन जा त्याला, असाच उचलून घेऊन जा. काय उपयोग आहे त्याचा इथं? बाहेर चार बऱ्या लोकांत मिसळायला गेलं, तर बोलणी ऐकावी लागतात. नाहीतर तुमच्यासारखा...

क्रिटो : झांटिपी!

प्लेटो : काय झालं?

झांटिपी : काय झालं? वर तोंड करून विचार. चारचौघांसारखं जगणं तर सोडाच, आज रात्री मुलांना जेवायला काय घालायचं, याची तरी शाश्वती नको? नको मांस आम्हाला, आम्ही केव्हाच सोडलं ते, पण भुकेला खात्रीशीर चार घास नकोत? याला घेऊन जाता मेजवान्यांना, त्याची भाषणं ऐकायला. नंतर पाठीवर त्याची टिंगलसुद्धा करत असाल!

प्लेटो : आम्ही? आम्ही टिंगल करू?

झांटिपी : पैसे तर बांधून बसला आहात ना गाठीशी सगळे? मालदाराची मुलं! त्या सोफिस्टांच्याकडे शिकायला गेलात, तर स्वत:ची अर्धी संपत्ती उधळाल. इथं सॉक्रेटिस खुळा, लुटा त्याला! मिळवा फुकटात ज्ञान!

अल्किबियाडिस : सॉक्रेटिस काही घेत नाही ना मोबदला.

प्लेटो : (त्याला थांबवत) झांटिपी म्हणते, त्यात तथ्य आहे अल्किबियाडिस. तिचं म्हणणं आपण समजून घेतलं पाहिजे.

क्रिटो : तू समजून घेत बैस सगळ्यांना. बायकांना डोक्यावर चढवून ठेवणारा आहेसच तू! पण निदान झांटिपीला वगळा त्यातून! सॉक्रेटिसला नुसती मानगुटीवर बसलेल्या भुतासारखी छळत असते. निदान त्याच्या वयाचं काही भान?

झांटिपी : त्याचं वय! मला सांगतोस तू? मला? ते भान नाहीये तुम्हाला! तो मेला, तर तुमचं काय जाणार? चार वाक्यं ज्ञान! फुकट मिळणारं! सद्वर्तन ही चैन असते... श्रीमंतांच्या मुलांसाठी! तू काय बोलतोयस क्रिटो, तुला कळतंय का? त्याचं वय होणं राहिलं बाजूला, मरणारच आहे एके दिवशी. पण तोपर्यंत इथले लोक वाट बघतील, याची कुठं शाश्वती आहे? मारतील त्याला आधीच.

क्रिटो : म्हणजे?

झांटिपी : तुमचे डोळे कधीच उघडणार नाहीत. इतके शत्रू निर्माण करून घेतो तो. तुम्ही नाही. त्याची फळं भोगावी लागणारेत आम्हाला, तुम्हाला नाही. तुम्ही डोळे बंद करून जगत बसा.

प्लेटो : झांटिपी, आम्ही चुकलो. आजपासून तुझ्या घरच्या सगळ्या गरजा भागतील, ही जबाबदारी माझी.

झांटिपी : तो कधीच ऐकणार नाही. मागं एकदा तुझ्या काकानंच पाठवलं होतं धान्य. घेऊन जावं लागलं परत त्याला, तोंड पाडून. आमचा सर्वांत छोटा मुलगा दोन वर्षांचा होता तेव्हा.

क्रिटो : त्याच्या नकळत करू आपण. मी उद्या सकाळीच...

झांटिपी : वा! सॉक्रेटिसचा शिष्य! मी असली चोरून मदत कधीच घेणार नाही.

प्लेटो : झांटिपी, चोरून मदत मी देणारही नाही. मी सॉक्रेटिसशी बोलेन.

झांटिपी : नको बोलूस. मी बोलले, हेही बोलू नकोस. कृपा कर. [फणकाऱ्याने आत निघून जाते.]

क्रिटो : काय मूर्ख स्त्री आहे!

प्लेटो : क्रिटो, गप्प बैस. काय हा त्वेष तुझा कायमचा!

क्रिटो : अरे, पण... काय चुकीचं बोलत होतो मी? तिच्या फायद्याचंच...

प्लेटो : क्रिटो, झांटिपी आपल्या कुणाहीपेक्षा सॉक्रेटिसच्या तत्त्वांचं पालन जास्त करतेय, एवढंही कळत नाहीये तुला?

क्रिटो : पण...

प्लेटो : (सॉक्रेटिसकडे बघत) नंतर बोलू.

[सॉक्रेटिस तंद्रीतून बाहेर येतो. त्याच्या आजूबाजूला क्रिटो, प्लेटो आणि अल्किबियाडिस.]

क्रिटो : सॉक्रेटिस, काल संसदेत परत युद्धाचा ठराव मांडला गेला.

सॉक्रेटिस : संपन्न राज्यांना आपल्या सीमा वाढवाव्याच लागतात.

क्रिटो : संपन्न लोकांना आपल्या घराच्याही सीमा वाढवाव्या लागतात. येन केन प्रकारेण! भ्रष्टाचाराची चार प्रकरणं काल निकालात निघाली संसदेत. थोड्याच वेळात सगळे दोषमुक्त.

सॉक्रेटिस : तुम्ही मला आज संसदेच्या बातम्या द्यायचं ठरवलंय का?

क्रिटो : सॉक्रेटिस, संपन्न राष्ट्रांवरून आठवण झाली. 'न्याय' या कल्पनेबद्दल बोलत असताना गेल्या वेळी तू 'संपन्न राष्ट्र' या कल्पनेपर्यंत येऊन थांबला होतास, तेव्हापासून तो विषय डोक्यातून जात नाही. आज कृपया त्याविषयी पुढे सांग.

सॉक्रेटिस : आपण समाज कसा बनतो, पाहिलं. मग न्याय आणि अन्यायाचा प्रश्न गरीब समाजापेक्षा संपन्न समाजात कसा जटिल होतो, तेही पाहिलं. अशा समाजाचे शास्ते कसे असावेत, शासनकर्ता हा तत्त्वज्ञ कसा असावा, हे आपण बोललो. आठवतंय? इथपर्यंत बाबी आपण सिद्ध केल्या, हे सर्वांना मान्य आहे?

प्लेटो : हो. पण तू समाजाकडून व्यक्तीकडे गेला नाहीस अजून.

[अल्किबियाडिस सॉक्रेटिसच्या पायाकडे रोखून पाहत आहे.]

सॉक्रेटिस : सामाजातल्या तीन घटकांप्रमाणेच, व्यक्तीतही... [अल्किबियाडिसकडे त्याचे लक्ष जाते.] अल्किबियाडिस, तू मघापासून माझ्या पायाकडे काय पाहतो आहेस?

क्रिटो : घातलास परत खोडा. दारुडा तो दारुडा.

अल्किबियाडिस : नेहमी माझी चेष्टा करता? याचा पाय बघा. केवढी ठेच लागलीये. भसाभसा रक्त गेलं असणार एवढी मोठी जखम आहे.

क्रिटो : यात नवं काय आहे? सॉक्रेटिस अनवाणी राहणार आणि ठेच लागणार, हे गेली सत्तर वर्षं होतंय. त्याला समजावण्याच्या फंदात कोण पडणार? तू समजावतोस त्याला? पायताण घाल म्हणून?

[अचानक फिडो धावत येतो. घाबरलेला आहे.]

फिडो : सॉक्रेटिस... मला आत्ताच बातमी लागली. तुझ्याविरुद्ध कट शिजतोय. तुझ्यावर उद्या न्यायालयात खटला भरला जाणार आहे. भीषण आरोप ठेवले जाणार आहेत.

अल्किबियाडिस : कशाबद्दल? पायताण न घातल्याबद्दल?

फिडो : मूर्खा, विनोद बंद कर. ही बातमी खरंतर तुला लागायला हवी होती. फुकट वावरतोस संसदेत! सॉक्रेटिसवरचे आरोप काय असतील? ...ऐका. सॉक्रेटिस हा पापाचरणी, असत्य वर्तन करणारा आहे. युवकांना चुकीच्या मार्गाला लावणारा, नगरराज्याच्या देवता न मानणारा पाखंडी माणूस आहे. सॉक्रेटिस वेगळ्याच देवतांची पूजा करतो.

अल्किबियाडिस : पण हे आरोप मूर्खपणाचे आहेत. खोटे तर आहेतच. हा कट आहे, कट! सॉक्रेटिसचा काटा काढायचा कट! त्यापेक्षा पायताण न घालण्याबद्दल आरोप ठेवला असता तरी शहाणपणाचं ठरलं असतं!

क्रिटो : हे आरोप गंभीर आहेत. या आरोपांना शिक्षा म्हणजे मृत्युदंड.

प्लेटो : ही बातमी पूर्ण खरी आहे?

फिडो : आतल्या गोटातली आहे. आपण या क्षणी काहीतरी हालचाल केली पाहिजे. आपल्याशी सहानुभूती असणाऱ्यांना गाठलं पाहिजे. अथेन्समध्ये पैसे आणि ओळखी यानं आज काय होऊ शकत नाही?

प्लेटो : खरंय. एकदा चक्रं चालू झाली की मग थांबवणं अवघड आहे.

क्रिटो : मी पैसे घेऊन येतो. निदान... [सॉक्रेटिस शांतपणे बसला आहे. त्याच्याकडे लक्ष जाते.] सॉक्रेटिस, बोल की काहीतरी.

सॉक्रेटिस : हे सगळे उपाय करणं म्हणजे आपण त्यांच्यातलेच एक होणं आहे.

क्रिटो : पण –

सॉक्रेटिस : मी अथेन्सचा नागरिक आहे, हे मी स्वत:च मानतो. अथेन्सच्या कायद्याचं पालन मी केलंच पाहिजे. खटल्याला मी न्यायालयातच सामोरं गेलं पाहिजे. हे आरोप खोटे आहेत ना?

क्रिटो : खोटे? हा कट आहे, कट! कट व्याख्येनंच असत्य असतो. त्यामागील हेतूच वेगळे असतात. अशा वेळी कायद्याचं पालन?

सॉक्रेटिस : क्रिटो, 'कट' म्हणजे काय ते न समजण्याइतका मी मूर्ख नाही.

क्रिटो : (किंचित लाजलेला) माझ्या म्हणण्याचा अर्थ तसा नव्हता, सॉक्रेटिस.

प्लेटो : पण काहीतरी तर केलंच पाहिजे ना?

सॉक्रेटिस : मी स्वत:हून उद्या त्यांच्या स्वाधीन होईन. असं होणार, याची शक्यता कायम होतीच. पूर्वीही तर असे प्रयत्न झालेले आहेत. या वेळी प्रत्यक्ष खटला होणं सफल होणार, असं दिसतं. [विराम] असो. आपण बोलत होतो व्यक्ती आणि समाजाविषयी.

क्रिटो : सॉक्रेटिस?

सॉक्रेटिस : (त्याच्याकडे लक्ष न देता) समाजाचे तीन घटक आठवतात?

प्लेटो : आठवतात. तू बोललास त्यांविषयी.

सॉक्रेटिस : मग व्यक्तीतही असेच तीन घटक असले पाहिजेत. तसं आपल्याला सिद्ध करता आलं, तर ठीक. अन्यथा न्याय आणि समाज यांबद्दलच्या आपल्या कल्पना आपल्याला परत तपासून पाहाव्या लागतील...

[दोन सैनिक येऊन सॉक्रेटिसला घेऊन जातात. क्रिटो व फिडो त्यांच्या मागोमाग जातात. झांटिपी काही क्षणांसाठी ते गेले त्या दिशेने पाहताना दिसते. हळूहळू दिवे कमी होत जातात. परत उजेड येतो, तेव्हा १, ३ व ४ आत आलेले आहेत. प्लेटो व अल्किबियाडिस एका कोपऱ्यात उभे.]

१ : असल्या आरोपांसाठी मृत्युदंडाची शिक्षा? या ग्रीक लोकांचं फुकट –

३ : बावळट!

१ : बावळट नाही, खुनशी!

३ : तू बावळट, तू! ग्रीक नव्हे. अरे, तरुणांना भडकवणं आणि बहुसंख्यांना मान्य असणारी दैवतं न मानणं, हे अत्यंत गंभीर आरोप आहेत. कुठल्याही कालखंडात, कुठलीही राज्यव्यवस्था उलथू शकते त्यानं! कुठलीही राज्यव्यवस्था अशा आरोपांना देहदंडच देणार.

१ : भीषण आहे हे.

३ : (२ला उद्देशून) राजकारण खेळ नसतो, मूर्खा. स्वत:चं सगळं शाबूत ठेवून उरलेल्या अवकाशात राजकारण खेळता येतं, हा तुमचा खेळ आणि तुमचा गैरसमज! तुमचा आणि तुमच्या त्या उदारमतवादी मित्राचा.

४ : खरं आहे, हेच होतं नेहमी. हेच करू शकतो आपण... आणि सगळ्या राज्यव्यवस्था यालाच घाबरतात, खटले भरतात. मग ते खरे असोत वा खोटे!

प्लेटो : (१, ३, ४ला उद्देशून) असंच झालं. दुसऱ्याच दिवशी सॉक्रेटिसला पकडून त्याच्यावर खटला भरला गेला. (अल्किबियाडिसला उद्देशून) आणि न्यायालयात सॉक्रेटिसनं आपल्यावरच्या आरोपांना दिलेलं उत्तर आठवतं? ज्यूरींच्या समोर उभा असलेला सॉक्रेटिस आणि वक्तृत्व हाच महान गुण मानणाऱ्या या अथेन्समध्ये सॉक्रेटिसची मात्र साधी, सरळ भाषा!

[रंगमंचाच्या दुसऱ्या कोपऱ्यात सॉक्रेटिस. सॉक्रेटिस प्रतिवाद सुरू करतो. प्रेक्षक हेच ज्यूरी. रंगमंच संपूर्ण उजेडात येतो त्या वेळी रंगमंचावर फक्त सॉक्रेटिस.]

सॉक्रेटिस : अथेन्सच्या नागरिकांनो, माझ्यावर आरोप करणाऱ्यांच्या शब्दांनी तुमच्यावर किती परिणाम केला, मला ठाऊक नाही. शब्दांवर त्यांचं इतकं प्रभुत्व आहे की त्यांचं बोलणं ऐकताना काही काळासाठी 'मी कोण आहे' हेसुद्धा मी जवळ जवळ विसरलो. परंतु सत्याचा अंश असेल, असा एकही शब्द त्यांनी उच्चारला नाही. या असत्य विधानांच्या मालिकेतल्या एका विधानानं मात्र मी सर्वांत आश्चर्यचकित झालो, जेव्हा त्यांनी तुम्हाला माझ्या वक्तृत्वाबद्दल जपून राहायला सांगितलं, तेव्हा! माझ्या वक्तृत्वानं मी तुम्हाला भारावून टाकेन, असं सांगितलं, तेव्हा! माझं वक्तृत्व! हां, सत्य बोलण्याला ते वक्तृत्वाची क्षमता म्हणता असले, तर मग माझ्यात ती क्षमता आहे, हे मला मान्य आहे. माझ्याकडून तुम्हाला भारावून टाकणारं वक्तृत्व ऐकायला मिळणार नाही. मला आलंकारिक भाषा येतच नाही. पण सत्य, संपूर्ण सत्य ऐकायला मिळेल. मला जसजसं सुचत जाईल, तसतसंच मी बोलत जाईन. सहज. कारण न्याय माझ्या

बाजूनं आहे, याची मला खात्री आहे. मी एखाद्या बालिश, तडफदार वक्त्यासारखं बोलणार नाही. मी जसा नेहमीच बोलतो, घरी, चौकात, मेजवानीत – तसाच मी बोलेन. माझी एकच विनंती आहे, की या कारणास्तव मला मधे थांबवू नका. मला माझ्या साध्या भाषेत बोलू द्या. माझी सत्तरी उलटून गेली आहे आणि आज एवढ्या वर्षांत पहिल्यांदा मी न्यायालयात उभा आहे. मला माहीत नाही इथली भाषा. एखाद्या खेडवळ माणसानं त्याच्या समाजातली भाषा बोलावी, तसं समजा हवं तर. मी कसं बोलतो, यापेक्षा मी किती सत्य बोलतो, यालाच महत्त्व असायला हवं. इथं वक्त्यांनी सत्य तेच बोलावं आणि निवाडा करणाऱ्यांनी न्याय्य निवाडा करावा.

मी माझ्या प्रतिवादाची सुरुवातही थोड्या वेगळ्या पद्धतीनं करतोय, क्षमा करा. मी माझ्याविरुद्ध दोन प्रकारचे फिर्यादी आहेत, असं समजतो. एक, ज्यांनी या न्यायालयात प्रत्यक्ष खटला दाखल केला आहेत ते – ॲनिटस, मेलेटस आणि त्यांचा मित्रपरिवार. दुसरे न्यायालयाबाहेरचे. मला ज्यांची नावंही माहीत नाहीत असे, ज्यांना प्रत्यक्ष खटला करावा लागत नाही असे. ते सांगत असतात एका सॉक्रेटिसबद्दल. 'तो आकाशापलीकडच्या आणि पृथ्वीच्या पोटातल्या, थोडक्यात भलभलत्या गोष्टींबद्दल बोलतो. तो चांगल्या गोष्टींना वाईट ठरवतो आणि वाइटाला चांगलं!' असं ते म्हणतात. ही मंडळी मेलिटसपेक्षाही धोकादायक आहेत. ही मंडळी खूप आहेत. ती खूप काळ हे आरोप करत आहेत. तुम्ही लहान असताना, तुमची मनं खूपच जास्त संवेदनशील असताना त्यांनी तुम्हाला या गोष्टी सांगितल्या आहेत... आणि त्या वेळी तुम्हाला दुसरी बाजू सांगायला कुणीही नव्हतं आणि मला त्यांची नावंही माहीत नाहीत. त्यांच्या सावलीशीच जणू मला लढायचंय. त्यांच्यापासून मी सुरुवात करतो.

त्यांचे आरोप तर मी आत्ताच सांगितले. ते असंही म्हणतात, की हे मी सगळ्यांना शिकवतो. ॲरिस्टोफेनिस त्यांच्यापैकीच एक असणार. त्याचं नाव मला ठाऊक आहे. माझा ज्याच्याशी संबंधही नाही, अशा अनेक गोष्टी तो माझ्या तोंडी, त्याच्या नाटकात घालतो. त्याच्या नाटकातला सॉक्रेटिस हवेत चालतो. विज्ञानाविषयी बोलतो. विज्ञानाविरुद्ध मला काहीच म्हणायचं नाही. मला त्याविषयी माहिती नाही. मी विज्ञानाविषयी बोलेन कसा? तुमच्यातले कित्येकजण मला ओळखतात. 'मी बोलतो कधी विज्ञानाबद्दल?' हा प्रश्न तुम्ही स्वत:लाच विचारा आणि उत्तर उरलेल्यांना सांगा. याविषयी जास्त बोलायची आवश्यकताच मला वाटत नाही.

ते म्हणतात, 'मी शिकवतो!' मी शिकवतो? मोबदला घेऊन? या

आरोपातही बाकी आरोपांइतकंच तथ्य आहे. एखाद्या ज्ञानी माणसानं आपलं ज्ञान दुसऱ्याला दिलं, तर त्यासाठी त्याला मिळणारा मोबदला योग्यच आहे. अनेक मंडळी असा घेतात. मलाही असं ज्ञान असतं, तर मला अभिमान वाटला असता, गर्वच वाटला असता. पण सत्य हे आहे की, माझ्याजवळ असं ज्ञानच नाही. कसा मोबदला मागणार मी?

अथेन्सवासीयांनो, यावर तुम्ही काय म्हणणार ते मला ठाऊक आहे. तुम्ही म्हणाल, 'सॉक्रेटिस, कुठल्याच आरोपात तथ्य नाही, असं तू म्हणतोस, मग तुझ्यावर हे आणि इतके आरोप का व्हावेत? तुझ्या वागणुकीत काहीतरी वेगळं असणार! धूर आहे तिथं अग्नी असतोच. सामान्य माणसासारखा तू असणं शक्य नाही. या सगळ्या आरोपांमागे काहीतरी तर कारण असणार! तुझा न्याय आम्हाला घाईगडबडीनं करायचा नाही. ही कारणं आम्हाला सांग!' आणि तुमचं हे म्हणणं योग्य आणि निर्मळ आहे, यात शंका नाही. मी तुम्हाला कारण सांगतो. याचं कारण म्हणजे माझ्याजवळ असणारं एक प्रकारचं शहाणपण. कुठल्या प्रकारचं शहाणपण? माणसाजवळ असू शकतं, तसं आणि तेवढं शहाणपण. मी शहाणा आहे, तो असा आणि एवढाच आणि ज्यांच्याबद्दल मी नावं न घेता बोलतोय, त्यांच्याजवळ आहे, ते अतिमानवी शहाणपण. ते माझ्याजवळ नाही. त्याबद्दल मी काय सांगू? आणि आता मी जे बोलणार आहे, ते बेताल, अमर्याद वाटलं, तरी कृपया मला मधेच थांबवू नका. कारण आता मी जे सांगणार आहे, ते मूलत: माझ्या तोंडचे शब्द नाहीत. आता मी डेल्फीच्या देवतेची साक्ष काढतो. हे तिच्या तोंडचे शब्द आहेत. तीच तुम्हाला माझ्या शहाणपणाविषयी सांगेल. चेरेफॉनला आपण सगळेच ओळखतो. चेरेफॉन किती उतावळा होता, हे सर्वांना ठाऊक आहे. तो डेल्फीच्या देवतेसमोर गेला आणि धाडसानं त्यानं देवतेला विचारलं, 'या जगात –' (लोकांचे आवाज, थोडा कोलाहल) ...कृपया, कृपया मला बोलू द्या. आता मधे कृपया गडबड करू नका. त्यानं देवतेला विचारलं, 'डेल्फीच्या देवते, सॉक्रेटिसपेक्षा शहाणा कोण?' आणि दैववाणी झाली. 'सॉक्रेटिसपेक्षा शहाणा कोणीच नाही.' चेरेफॉन आता हयात नाही; पण त्याचा भाऊ इथं उपस्थित आहे. हवं तर तुम्ही त्याची साक्ष घ्या. माझं म्हणणं पडताळून पाहा.

लक्षात ठेवा, माझं नाव इतकं बदनाम का झालं, याची कारणं सांगावीत, म्हणून मी हे सर्व बोलतोय. देवतेची वाणी जेव्हा माझ्या कानांवर आली, तेव्हा मला त्याचा अर्थ कळेना. शहाणपण? माझ्याजवळ? पण माझ्याजवळ तर ते नाही, हे मला माहीत होतं. मी कधीच तसा दावाही केला नव्हता. मग? देवता खोटं बोलणं तर शक्य नाही. मग या दैववाणीचा अर्थ तरी काय? बऱ्याच

विचारानंतर या प्रश्नाची उकल करण्याची पद्धत मला सुचली. जर मला माझ्यापेक्षा शहाणा माणूस शोधता आला, तर मी त्याला घेऊन देवतेकडे जाऊ शकेन आणि म्हणू शकेन, 'बघ, देवते, आणि तू तर दैववाणी केली होतीस, 'सॉक्रेटिस सर्वांत शहाणा आहे!' ही पद्धत एकदा मला सुचल्यानंतर ज्याची शहाणपणासाठी मोठी ख्याती आहे, अशा व्यक्तीकडे मी गेलो. त्याचं नाव मी इथं घेणार नाही, पण ती व्यक्ती राजकारणी आहे, मोठ्या सन्मानाच्या पदावर आहे. मी त्याच्याकडे गेलो. त्याच्याशी बोललो. त्याची परीक्षा घेतली. या परीक्षेतून माझ्या लक्षात आलं की हा माणूस, ज्याला सर्वजण शहाणा समजतात आणि जो स्वतःला अधिकच शहाणा समजतो, तो खरोखर शहाणा नाहीच. हे मी त्याला सांगितलं आणि तो माझा तिरस्कार करू लागला. माझ्या डोक्यात विचार आला, 'अरे, मीच बरा. कारण त्याच्याजवळ ज्ञान नाही, पण त्याला वाटतंय आपण ज्ञानी आहोत. माझ्याजवळही ज्ञान नाही, हे तर खरंच. परंतु मला निदान, आपण ज्ञानी नाही, हे कळतं तरी!' मग मी दुसऱ्या एका नामवंत व्यक्तीकडे गेलो आणि परिणाम हेच झाले. मी अजून एक शत्रू मात्र निर्माण करून बसलो.

अशा रीतीनं अशा व्यक्तींकडे मी जातच राहिलो. याचे परिणाम मला ठाऊक नव्हते का? नक्कीच होते. पण देवतेच्या शब्दाचा मान राखणं हे माझं पहिलं कर्तव्य होतं. आणि बंधूंनो, या माझ्या प्रयत्नातून माझ्या हाती काय सत्य लागलं? मी शपथेवर सांगतो – मला हे कळलं की ज्यांची शहाणपणासाठी सर्वांत जास्त प्रसिद्धी असते, ते सर्वांत जास्त मूर्ख असतात. आणि उरलेले, नामवंत नसलेले, ह्या मंडळींपेक्षा कितीतरी जास्त शहाणे असतात.

दैववाणीची सत्यता पडताळून पाहण्यासाठी मी एखाद्या 'हर्क्युलस'सारखे जिवापाड प्रयत्न केले. मी कवींच्याकडे गेलो. सगळ्या प्रकारच्या – दुःखात कविता लिहिणारे, प्रेमकविता लिहिणारे, रगेल आणि रंगेल कविता लिहिणारे, सगळे. त्यांना स्वतःच्याच लिखाणाचा अर्थ स्वतःलाच सांगता येत नाही. मग मी कारागिरांच्याकडे गेलो. तिथंही तोच निष्कर्ष निघाला. काही वस्तू बनवण्याचं शिक्षण आपल्याला दिलं गेलं, त्याची तत्त्वं आपल्याला समजली, म्हणजे सर्व ज्ञान आपल्याला झालं, असं त्यांना वाटतं. या सगळ्या प्रकरणातून असंख्य शत्रू मात्र मी निर्माण केले. हाती एक गोष्ट लागली. या दैववाणीचा अर्थ. 'सॉक्रेटिस सर्वांत शहाणा आहे' याचा खरा अर्थ, माणसांना पूर्ण शहाणं होता येत नाही, फक्त देवच अंतिम ज्ञान मिळवू शकतात, असा आहे. तो माणूस, सॉक्रेटिससारखा, सर्वांत शहाणा, ज्याला आपण ज्ञानी नाही, हे कळतं. आणि

अशा प्रकारे मी देवतेच्या आज्ञेत, प्रत्येक 'शहाणा' मानल्या गेलेल्या व्यक्तीला भेटत, बोलत, फिरत असतो आणि देवतेच्या आज्ञेनंच त्यांचा अडाणीपणा त्यांना दाखवून देत असतो. यातच माझा सगळा वेळ जातो. ना मला काही सामाजिक काम करता येतं, ना माझ्या स्वत:च्या फायद्याचं. आणि म्हणून तर ही माझी दरिद्री अवस्था झाली आहे.

इथं अजून एक गोष्ट सांगितली पाहिजे. अथेन्समध्ये अनेक श्रीमंत तरुण मुलं आहेत. त्यांना इतर काही कामधंदा नसतो. ते माझ्याभोवती जमतात. मी ढोंगी मंडळींना उघडं पाडताना ऐकायला त्यांना आवडतं. मग ते माझी नक्कल करत उरलेल्यांची परीक्षा घेतात. ज्यांची अशी परीक्षा घ्यावी, अशी अजून किती माणसं आहेत, म्हणून तुम्हाला सांगू? परीक्षेतून या मंडळींचं अज्ञान आणि वृथा गर्वच बाहेर येतो... आणि विशेष म्हणजे ज्यांची परीक्षा घेतली गेली, ती माणसं आपण मूर्ख आहोत हे कळल्यावर स्वत:वर रागावण्याऐवजी माझ्यावर चिडतात! ते म्हणतात, 'हा पापी सॉक्रेटिस, हा तरुणांना प्रस्थापितांच्या विरुद्ध भडकवणारा, त्यांना वाईट मार्गाला लावणारा माणूस!' आपलं शहाणपणाचं ढोंग फोडलेलं त्यांना खपत नाही. 'सॉक्रेटिसनं खरोखर काय वाईट कृत्य केलं?' असा प्रश्न त्यांना विचारला, तर त्यांना सरळ उत्तर देता येत नाही. मग ते नेहमीचीच युक्ती योजतात! मोघम आरोप! आपण शहाणे नाही, हे ते मान्य करत नाहीत, सत्य मान्य करत नाहीत. आणि ही मंडळी संख्येनंही बलिष्ठ आहेत. एका प्रकारे या न्यायालयातले प्रत्यक्ष फिर्यादीही त्यांच्यातलेच, त्यांच्यामुळंच उभे आहेत – मेलेटस, ॲनिटस आणि लायकॉन. मेलेटस कवींच्या वतीनं उभा आहे, ॲनिटस राजकारण्यांच्या आणि कारागिरांच्या, आणि लायकॉन वक्त्यांच्या! तर अथेन्सवासीयांनो, सत्य हे आहे. पूर्ण सत्य. मी काहीही लपवून ठेवलेलं नाही. कुठलाही आडपडदा ठेवलेला नाही. माझ्यावरच्या या प्रकारच्या फिर्यादींचे आरोप हे त्यांच्या मनात माझ्याविषयी असणाऱ्या पूर्वग्रहातून आलेले आहेत. तुम्ही स्वत: चौकशी केलीत, तर निश्चितच याच निष्कर्षाला पोचाल.

दुसऱ्या प्रकारच्या अनामिक फिर्यादीविषयी बोलणं थांबवून आता पहिल्या प्रकारच्या फिर्यादीकडे वळतो. त्यांनी प्रत्यक्षात या न्यायालयात आरोप केले आहेत, त्यांना उत्तर देणं मला भागच आहे. त्यांचा पुढारी आहे मेलेटस, जो स्वत:ला चांगला माणूस, देशभक्त म्हणवतो. माझ्यावरील आरोप परत एकदा मांडण्यात यावेत, अशी माझी विनंती आहे.

माणूस : (पुढे येत वाचून दाखवतो) सॉक्रेटिस हा पापी, दुराचरण करणारा माणूस आहे. सॉक्रेटिस तरुणांना कर्तव्यभ्रष्ट करतो. त्याचा या नगराच्या देवतांवर

विश्वास नसून तो वेगळीच दैवतं निर्माण करतो.

सॉक्रेटिस : थोडक्यात असे आरोप माझ्यावर आहेत... मेलेटस हा दुष्ट माणूस आहे. एखाद्या व्यक्तीला अत्यंत द्वेषानं तो न्यायालयात खेचतो. पण ज्या कारणासाठी खेचतो, त्यात त्याला यत्किंचितही रस नसतो. आपण मनापासून खरंखुरं बोलतो आहोत, असं तो म्हणतो तेव्हा तो खरंतर टवाळी करत असतो. असा हा माणूस आहे. आणि हेच मी आता सिद्ध करेन. मेलेटसला उलटतपासणीसाठी उभं करण्यात यावं, अशी मी विनंती करतो.

[मेलेटस येऊन बसतो.]

सॉक्रेटिस : मेलेटस, तू तरुणांच्या भवितव्याविषयी जागरूक आहेस, त्याविषयी तू खूप तळमळीनं विचार करतोस?

मेलेटस : हो. तो विषय मला अत्यंत महत्त्वाचा वाटतो.

सॉक्रेटिस : मी तरुणांना भ्रष्ट करतो, असा आरोप तू केला आहेस आणि तरुणांच्या भवितव्याविषयी तुला ज्ञानही आहे. मग कृपया त्यांचं भवितव्य कोण सुधारतं, ते इथं सांगशील का? इथं सर्वांनाच तुझे विचार कळण्याची उत्सुकता आहे.

[मेलेटस गप्प राहतो.]

मेलेटस, तुला याविषयी काहीच सांगायचं नाही? तुला या कशाहीबाबत खरोखर काहीच रस नाही, असं मी मघाशी म्हणालो, त्याचा हा पुरावाच आहे. तू याबाबत माझ्यावर आरोप ठेवताना काही विचारही केलेला नाहीस. बोल, सांग सगळ्यांना. आता तुला गप्प नाही बसता येणार. सांग, कोणाच्या हाती तरुणांचं भवितव्य सुखरूप आहे?

मेलेटस : कायद्याच्या हाती.

सॉक्रेटिस : माझ्या प्रश्नाचा अर्थ वेगळा आहे. मी परत एकदा स्पष्ट करतो. कुठल्या व्यक्ती तरुणांना सुधारतात? कायदा? कोणाला समजतो हा कायदा? कोणाच्या हातांत असतो कायदा?

मेलेटस : न्यायाधीशांच्या, ज्यूरींच्या.

सॉक्रेटिस : ते तरुणांना योग्य शिकवण देऊ शकतात?

मेलेटस : नक्कीच.

सॉक्रेटिस : सर्वजण? का त्यांच्यांतले काही?

मेलेटस : सर्वजण.

सॉक्रेटिस : किती चांगली बातमी आहे ही! म्हणजे तरुणांना योग्य शिकवण देणारी बरीच मंडळी आहेत. आणि इथं बसलेले श्रोते?

मेलेटस : तेही तरुणांसाठी चांगलेच आहेत.

सॉक्रेटिस : आणि संसद-सदस्य?

मेलेटस : तेही तरुणांना योग्य मार्गदर्शन करतात.

सॉक्रेटिस : म्हणजे अथेन्समधील मी सोडून प्रत्येकजण या कामात योग्य आहे, फक्त मीच काय तो त्यांना भ्रष्ट करतो, असं तुला म्हणायचं आहे?

मेलेटस : हाच माझा आरोप आहे.

सॉक्रेटिस : तुझं म्हणणं बरोबर असेल तर मी चांगलाच दुर्दैवी म्हणायचा! आणि ही तरुण पिढी प्रचंड सुदैवी म्हणायची, जिला फक्त एकच माणूस भ्रष्ट करण्याचा प्रयत्न करतो आणि उरलेले सगळे सुधारतात. पण मेलेटस, कुठंही पाहिलंस, तरी सामान्यत: याच्या उलटच परिस्थिती असते, असं तुला नाही वाटत? नक्कीच असते. घोड्याचा काय किंवा माणसाचा काय, प्रशिक्षक त्याला घडवतो, सुधारतो, ज्ञान देतो. उरलेले एकतर काहीच करत नाहीत किंवा त्रासदायकच ठरतात. बोल, मेलेटस, तुला काय वाटतं?

[मेलेटस गप्प राहतो.]

सॉक्रेटिस : तू याबाबत काहीही विचार न करता आरोप केला आहेस, हेच यावरून सिद्ध होतं. [विराम] ठीक आहे, मी अजून एक प्रश्न विचारतो. सद्वर्तनी, चांगल्या वागणुकीच्या लोकांबरोबर जगणं चांगलं की वाईट लोकांबरोबर जगणं चांगलं?

मेलेटस : अर्थातच चांगल्या.

सॉक्रेटिस : वाइटांबरोबर जगून त्रासच संभवतो, खरंय. कोणी जाणूनबुजून वाईट लोकांसमवेत राहून त्रास सहन करील?

मेलेटस : कसा करील?

सॉक्रेटिस : कसा करील? आणि मी तरुणांना भ्रष्ट करतो ते जाणूनबुजून? हेतुपुरस्सर?

मेलेटस : अगदी जाणूनबुजून!

सॉक्रेटिस : आणि हे मी एकटाच करतो! दुर्वर्तनी लोकांमध्ये राहून त्रासच संभवतो, असं तू आत्ताच म्हणालास. मग मी हे जाणूनबुजून का ओढवून घेईन? का हे सर्व तुझ्या प्रगल्भ बुद्धिमत्तेला लहान वयातच कळू शकलं आणि मला मूर्खाला या वयातही कळत नाही, असं तुला म्हणायचं आहे? तरुणांना दुर्वर्तनी बनवून मलाच त्रास होईल हे कळूनही, मला त्यात कुठलाही फायदा तर नाहीच हे कळूनही, मी त्यांना जाणूनबुजून भ्रष्ट करतो, इतका मी मूर्ख आहे? मेलेटस, हे कुणालाच पटणार नाही. याचा अर्थ असा की, एकतर मी त्यांना भ्रष्ट करतच नाही, किंवा हे कृत्य मी जाणूनबुजून करत नाही. आणि मी केलेलं कृत्य अजाणता

असेल, तर अथेन्सच्या कायद्याप्रमाणे मला शिक्षाही होऊ शकत नाही. हां, आता याबाबत तू मला एकट्याला बाजूला घेऊन माझ्याशी बोलू शकला असतास. तुला याविषयी असणाऱ्या तळमळीतून माझ्याशी बोलून या माझ्याकडून अजाणता होणाऱ्या कृत्याविषयी मला जाणीव करून दिली असतीस, मला पटवून दिलं असतंस तर मी तुझ्याकडून ज्ञानग्रहण केलं असतं. मी सुधारलो असतो. पण तू तर माझ्याशी बोलतही नाहीस. सरळ न्यायालयात घेऊन येतोस. न्यायालय ही शिक्षण देण्याची जागा नव्हे. ती शिक्षा देण्याची जागा आहे. तुला खरंच या बाबतीत काहीही रस नाही. मेलेटस, तुझे हेतूच वेगळे असणार. तुझे आरोप इथं संपत नाहीत. त्यामुळे मला अजून बोललं पाहिजे. तू म्हणतोस, मी तरुणांना भ्रष्ट करतो. कसं? या नगराच्या देवता मानू नका, असं सांगून! तुझ्या आरोपाचा अर्थ असा आहे?

मेलेटस : हो.

सॉक्रेटिस : मेलेटस, ज्या देवतांबद्दल आपण बोलत आहोत, त्यांचीच शपथ घेऊन तुझे आरोप मला समजावून सांग. मला ते खरंच उलगडत नाहीत. माझा या नगराच्या देवतांवर विश्वास नाही. मग माझा इतर वेगळ्याच देवांवर विश्वास आहे, का माझा देवावर विश्वासच नाही? मी नास्तिक आहे? तुझा आरोप आहे तरी काय?

मेलेटस : हाच. तू पूर्ण नास्तिक आहेस, हाच. तू कुठलाच देव मानत नाहीस.

सॉक्रेटिस : किती चमत्कारिक विधान आहे हे! म्हणजे चंद्र, सूर्य अशी दैवतंही मी मानत नाही?

मेलेटस : ज्यूरींनो, मला हे ठासून सांगितलं पाहिजे की, 'सूर्य हा दगडाचा बनलेला आहे आणि चंद्र हा मातीचा' असं सॉक्रेटिस सांगत असतो.

सॉक्रेटिस : हे आपण माझ्याबद्दल बोलत नसून ॲरिस्टोफेनिसबद्दल बोलत आहात. आरोपी कोण हे तू विसरलास काय? ॲरिस्टोफेनिसच्या नाटकातला सॉक्रेटिस हे बोलतो, मी नव्हे. त्याला असं बोलताना ऐकावं आणि हसावं, म्हणून लोक पैसे टाकून नाटक बघायला जातात. का ज्यूरीला एवढंही समजणार नाही, असं तुला वाटतं? ॲरिस्टोफेनिसची पुस्तकं अशाच गोष्टींनी भरलेली असतात. मी स्वत: असं म्हटलेलं तू कधी ऐकलं आहेस? तरीही मी नास्तिक आहे, हा तुझा आरोप कायम आहे?

मेलेटस : हो, तू पूर्ण नास्तिकच आहेस.

सॉक्रेटिस : तुझ्या मनातला आरोप आहे तरी काय? कारण या आरोपावर कोणीच विश्वास ठेवणार नाही. तुझ्या बोलण्यात अंतर्विरोध आहे. ज्यूरीच्या सदस्यांनो,...

कृपया... कृपया शांत राहून मला हा अंतर्विरोध उघड करू द्या. मेलेटस, कोणीही मनुष्यनिर्मित वस्तूंवर विश्वास ठेवतो, पण माणसाच्या अस्तित्वावर विश्वास ठेवत नाही; घोडेस्वारीवर विश्वास ठेवतो, पण घोड्यावर ठेवत नाही; बासरीच्या सुरांवर विश्वास ठेवतो, पण बासरीचं अस्तित्व मानत नाही; असं असू शकेल?
[मेलेटस बोलत नाही.]

सॉक्रेटिस : मीच तुझ्या वतीनं उत्तर देतो. नाही! असं शक्य नाही. आता माझ्या पुढचा प्रश्नाचं उत्तर दे. मी दैवी आणि आत्मिक शक्तींवर विश्वास ठेवतो, असं तुझ्या आरोपपत्रातच तू म्हटलं आहेस. बरोबर? आता या शक्ती कोणाच्या? कोणाच्या असतात या शक्ती? यक्ष, गंधर्व आणि किन्नर यांच्याच असतात ना? मग माझा अशा शक्तींवर विश्वास आहे, म्हणजे ज्यांच्या या शक्ती असतात, त्या यक्ष आणि गंधर्वांवर पण माझा विश्वास असणार. काय?

मेलेटस : हो, अशा शक्तींवर तू विश्वास ठेवतोस, म्हणजे यक्षांवर आणि गंधर्वांवरही तुझा विश्वास असेल.

सॉक्रेटिस : उत्तराबद्दल धन्यवाद. आता सांग, हे यक्ष, गंधर्व, किन्नर ही आपल्या नगरांच्या देवतांचीच मुलं असतात ना? मग ती त्यांना कशी का झाली असे ना!

मेलेटस : हो.

सॉक्रेटिस : म्हणजे माझा त्यांच्यावरही विश्वास असणार. मुलांच्या अस्तित्वावर विश्वास असला, तर आईबापांच्या अस्तित्वावरही ठेवावाच लागतो... 'माझा खेचराच्या अस्तित्वावर विश्वास आहे; पण घोडा आणि गाढव यांच्या अस्तित्वावर मात्र नाही,' असं कोणी म्हणू शकेल? 'याचा देवावर विश्वास नाही' आणि 'याचा देवावर विश्वास आहे' असं दोन्ही बोलून तू मला कोड्यात टाकतोयस. याचं कारण म्हणजे माझ्यावर ठेवता येईल, असा खरा आरोपच नाहीये तुझ्याजवळ.
[सॉक्रेटिस प्रेक्षकांकडे वळतो. मेलेटस निघून जातो. रंगमंचावर सॉक्रेटिस एकटा.]

सॉक्रेटिस : मेलेटसच्या आरोपांबद्दल अजून बोलण्यासारखं काही उरलेलं नाही. परंतु माझ्याविषयी एकंदरीनं किती वैरभाव निर्माण झाला आहे, याची जाणीव मला आहे. जगात असूयेनंच अनेक चांगल्या माणसांचा बळी घेतला आहे, पुढेही घेतला जाईल. मी असा शेवटचा बळी आहे, अशी भीती बाळगण्याचं कारण नाही. मृत्यूची भीती तर नसावीच. ज्या माणसाला थोडंसुद्धा चांगलं काही करायचं आहे, तो स्वत:ला फक्त एकच प्रश्न विचारू शकतो : मी करतोय ते चांगलं,

का वाईट? त्यानं मृत्यूची गणितं मांडता कामा नयेत. अथेन्सवासीयांनो, तुम्ही जेव्हा जेव्हा मला युद्धावर पाठवलंत, तेव्हाही मी असाच मृत्यूला सामोरा गेलो. देवांनी मला तत्त्वज्ञ बनवलं. स्वत:ला आणि दुसऱ्याला तपासणं हे तत्त्वज्ञाचं कर्तव्य आहे. ही देवाची आज्ञा आहे. त्यातच मी चुकलो, तर ती विपरीत घटना होईल. मग मात्र मला 'देवाची आज्ञा मोडल्याबद्दल' या न्यायालयासमोर खरोखर उभं करता येईल. मृत्यूची भीती वाटणं ही शहाणपणाची टिंगलच असते. ती मला वाटली, तर मला 'शहाणा' म्हणणाऱ्या दैववाणीची आज्ञा मी पाळली नाही, असा त्याचा अर्थ होईल. उलटपक्षी, मला मुक्त करणार असलात, तर माझ्यावर बंधनं घालू नका. तुम्ही कदाचित असं म्हणाल, 'सॉक्रेटिस, या वेळी आम्ही ॲनिटसचं न ऐकता तुला मुक्त करत आहोत. पण एका अटीवर. तुझ्या या तत्त्वज्ञाच्या व्याख्येला अनुसरून जगणं तुला थांबवलं पाहिजे. स्वत:चा आणि दुसऱ्याचा शोध घेणं तुला थांबवलं पाहिजे. तू परत असाच वागताना दिसलास, तर मात्र तुला ठार मारावं लागेल.' अथेन्सवासीयांनो, माझं तुमच्यावर कितीही प्रेम असलं, तरी मला देवाची आज्ञा पाळलीच पाहिजे. माझा ज्यावर विश्वास आहे, त्याच मार्गानं मी जाईन. तत्त्वज्ञानाचा अभ्यास आणि शिकवणं मी कधीच बंद करणार नाही. जो भेटेल, त्याला मी हेच सांगत राहीन, 'हे भल्या माणसा, पैसा, सत्ता, प्रसिद्धी यांच्याच मागे लागून सत्य, ज्ञान आणि आत्म्याची उन्नती यांबद्दल काहीच न करताना तुला काहीच लाज वाटत नाही?' प्रत्येकाजवळ मी हे बोलतच राहीन. विशेषत: इथं अथेन्समध्ये. कारण हे माझं नगर आहे. इथले लोक माझे बांधव आहेत. तुम्ही मला दोषी ठरवा अथवा मुक्त करा, एक मात्र नक्की. मी माझा मार्ग कधीच सोडणार नाही. हजार वेळा मृत्यू आला, तरीही सोडणार नाही.

[प्रेक्षकांतून आवाज, कोलाहल.]

अथेन्सच्या नागरिकांनो, मला थांबवू नका. मला तुम्ही बोलू द्याल, असा आपला करार झाला होता. एक लक्षात ठेवा. मला ठार मारण्यानं माझ्यापेक्षा तुम्हालाच जास्त नुकसान पोचणार आहे. चांगल्या माणसाला मारल्यानं मारणाऱ्याचंच जास्त नुकसान होत असतं. मी एक गोमाशी आहे, देवानं पाठवलेली. मला मारलंत तर दुसरी सहजासहजी मिळणार नाही. समाज एखाद्या सुस्त बैलासारखा असतो. त्याला जागवण्यासाठी माझ्यासारख्याची आवश्यकता असते. ही दैवी योजनाच आहे. माझ्या स्वत:बद्दल, स्वत:च्या सुखाबद्दल कुठलीही काळजी न करता वर्षानुवर्षं मी हे कार्य करत आलो, हा त्याचा पुरावा आहे. एखाद्या वडीलधाऱ्यासारखा तुम्हाला सद्‌गुणांच्या मार्गावर नेण्याचा हा

ध्यास मनुष्याच्या सामान्य वर्तणुकीपेक्षा वेगळा आहे. मला यातून काही लाभ झाला असता, तर माझ्या वर्तणुकीचा वेगळा अर्थ लावता आला असता. माझ्यावर हा लाभाचा आरोप तर कधीच करता येणार नाही. सर्व पुरावा माझ्याच बाजूचा असेल आणि तो म्हणजे माझी कायमची गरिबी.

मी एकटाच, वैयक्तिकरीत्या, असा दुसऱ्याशी बोलत, त्यांना माझे विचार सांगत का फिरत असतो? माझे विचार प्रत्यक्षात आणण्यासाठी मी राजकारणात का दाखल होत नाही? असाही प्रश्न तुम्हाला पडेल. मला आतून दैवी आवाज ऐकू येतो, हे तुम्हाला ठाऊक आहे. याच देवतेचा मेलेटसनं आरोपपत्रात उल्लेख केला आहे. ही दैवी वाणी मला राजकारणात येण्यापासून थांबवते. हा लढा व्यक्तिगतच असावा लागतो, हे लक्षात घ्या. तो सार्वजनिक पद स्वीकारून होऊच शकत नाही. मी अशा पदावर असतो, तर केव्हाच नष्ट झालो असतो आणि कुठलंच चांगलं कृत्य करू शकलो नसतो. माझ्या आयुष्याकडे पाहिलंत तरी हे सहज समजून येईल. सत्यापासून न ढळण्याच्या प्रतिज्ञेखातर मी दोनदा मारला जाणार होतो... पण तो इतिहास तर तुम्हा सर्वांना ठाऊक आहे. त्यावर मी परत वेळ घालवणार नाही. मी एखाद्या राजकीय पदावर असतो, तर मी आत्ता वागतो तसा वागू शकलो असतो? मीच काय, कोणीच अशा पद्धतीनं वागून जिवंत राहणं शक्य नाही.

इथं मी एक आवाहन करू इच्छितो. ज्या अनेकांशी मी त्यांच्या तारुण्यात बोललो, आणि ज्यांना मी भ्रष्ट केल्याचा आरोप माझ्यावर आहे, त्यांच्यापैकी कित्येक आज प्रौढ वयाचे आहेत. इथं हजर आहेत. त्यांच्यापैकी कुणालाही, 'मी त्यांच्याशी वाईट गोष्टींबद्दल बोललो, त्यांना चुकीच्या मार्गावर नेण्याचा प्रयत्न केला', असं वाटत असेल, तर त्यांनी पुढं येऊन इथं माझ्याविरुद्ध साक्ष द्यावी. त्यांचे बंधू, वडील, नातेवाईक—कोणीही इथं येऊन—त्यांच्या कुटुंबावर माझ्यामुळं झालेले वाईट परिणाम इथं मांडावेत. इथं क्रिटो आहे, क्रिटोबलसही मला दिसतो आहे. लिसेनिअस, अँटिफॉन, प्लेटो... असंख्य आहेत इथं. त्यांच्यापैकी एकाची तरी साक्ष मेलेटस माझ्याविरुद्ध काढायला हवी होती. तो विसरला असला, तर मी बाजूला होऊन, त्याला अजून एक संधी देतो. [मेलेटस येत नाही. विराम.] हे सगळे माझ्या बाजूनं साक्ष देतील, हे मेलेटस जाणतो, असं दिसतं. म्हणूनच या सर्वांत महत्त्वाच्या साक्षी तो घडवत नाही. या मंडळींचं, समजा, माझ्याशी संगनमत असेल, असं आपण क्षणभर मानू. पण त्यांचे वडीलधारे नातेवाईक? त्यांचे मित्र? ते तर निश्चितच निष्पक्ष असणार? त्यांची साक्षही माझ्यावर आरोप करणारे का काढत नाहीत? तेही माझ्या बाजूनंच साक्ष

देतील, अशी भीती त्यांना का वाटते? सत्य माझ्या बाजूनं आहे का मेलेटसच्या, याचा निवाडा करणारा हा पुरावाच आहे.

आता एक शेवटची गोष्ट. नेहमीच्या प्रथेप्रमाणे माझ्या कुटुंबीयांना, मुलांना इथं आणून त्यांच्या रडण्या-भेकण्यातून न्यायासनापुढे दया मागण्याचं कृत्य मी करणार नाही. मलाही कुटुंब आहे. तीन लहान मुलं आहेत. मला मृत्यूची भीती आहे अथवा नाही, हा वेगळा मुद्दा. रडण्या-भेकण्याची ही प्रथा पाळताना मी अनेक नामवंतांना पाहिलं आहे. हे लाजिरवाणं कृत्य आहे. अशी प्रथा थांबवलीच पाहिजे. न्यायासनाला आपली बाजू सांगणं हे योग्य कृत्य आहे. त्याकडून दयेची भीक मागणं अश्लाघ्य आहे. माझी आपणास विनंती आहे की, ही प्रथाच कायमची बंद करावी. न्यायालयाचं काम न्याय करणं हे आहे. न्यायाची भीक घालणं नव्हे. मला कृपया हे अप्रशस्त कृत्य करण्यास सांगू नका. मी ते कधीच करणार नाही. माझा देवावर विश्वास आहे. त्याच्यावर आणि तुमच्यावर माझं भवितव्य अवलंबून आहे. तुमच्यासाठी आणि माझ्यासाठी योग्य आणि न्याय्य असेल, ते आपण करा.

[सॉक्रेटिस एका कोपऱ्यात. हळूहळू त्याच्यावर अंधार.]

[अंक पहिला समाप्त]

अंक दुसरा

[रंगमंचावर १, २, ३, ४. सर्व रंगमंच उजेडात. दीर्घ विराम.]

१ : पुढं काय झालं? आं? सूर्य दिसलेल्या एका माणसाचं बोलणं अर्धवट सांगून कुठं गेले सगळे? काय झालं पुढे सॉक्रेटिसचं?

४ : आणि उरलेल्यांचं पण! गेले ते त्याच्यामागे सूर्य बघायला? का गेले परत सावल्यांकडेच? का लोंबकळत राहिले मधेच?

१ : तुला बरंच नीट दिसायला लागलेलं दिसतंय.

४ : हं.

[विराम]

१ : कुठं गेले सगळे?

[झांटिपी डाव्या बाजूने येऊन उजवीकडे निघून जाते.]

३ : झांटिपी इथं? या ठिकाणी?

४ : का? इथं तिनं येऊ नये?

२ : पण इथं तर...

[क्षणिक विराम.]

४ : बोल ना पुढे... 'इथं फक्त काहीच लोक येतात!' ...जणू काहींनाच ज्ञानाचं वाटप होऊ शकतं. आचरण आणि ज्ञान यांची फारकत कधीच करत नाहीत शहाणी माणसं... आणि याचा अर्थ ज्ञान कोणालाही होऊ शकतं, असा आहे. आणि म्हणूनच, चौकात, साध्या माणसांत बोलत फिरायचा सॉक्रेटिस. ...आणि म्हणूनच तो म्हणाला मघाशी, अशी माणसंच ज्ञानी असतात, म्हणून...

३ : (त्याला तोडत) तरी झांटिपी इथं? केवळ सॉक्रेटिसची पत्नी म्हणून? सार्वजनिक जीवनात काही करू पाहणाऱ्यांनी लग्न करू नये, हेच खरं आहे. मी मागे बोललो होतो एकदा, आठवतंय? (२ला उद्देशून) तेव्हा माझ्याशी भांडला होतास तू...

२ : सॉक्रेटिसला काय त्रास झाला झांटिपीचा?

३ : त्रास नाही झाला? आयुष्यभर? आणि शिवाय केवळ त्याची बायको म्हणून इथं मिरवते? (४ कडे निर्देश करत) आणि याला? हाही तर व्याकुळला होता मघाशी, बायका-मुलांचा विषय काढून.

४ : (एकदम उठत) त्याचा काही संबंध नाही इथं. हा प्रश्नच वेगळा आहे.

३ : वेगळा कसा? आं?

[४ काही न बोलता उठून बाजूला जातो. ३ व २ त्याच्याकडे बघताहेत. अल्किबियाडिस आत येतो.]

२ : नंतर बोलू.

४ : तुम्ही बोला. आत्ताच बोला. माझी अडचण नका करून घेऊ.

अल्किबियाडिस : काय बोला?

३ : नाही मी म्हणत...

१ : नंतर बोलू ना!

[विराम]

१ : (अल्किबियाडिसला उद्देशून) मघाशी सॉक्रेटिस संसदेत आपली बाजू मांडत असताना शेवटी शेवटी तुम्ही उठून गेलात सगळे. का?

अल्किबियाडिस : बाहेर लोक जमायला लागले होते. त्यांना विश्वास देणं आवश्यक होतं. मेलेटसनं तर सैनिक ठेवले होते बाहेर.

१ : मग?

अल्किबियाडिस : आम्ही वेगळी तयारीही करत होतो ना! लोकांनाही अंदाज लागला नव्हता.

३ : हीच वेळ असते उठाव करण्याची.

अल्किबियाडिस : अथेन्समध्ये अवघड होतं ते. तिथली व्यवस्थाच वेगळी होती. निम्मे लोक तर आत होते, इथं संसदेत! त्यातले किती फितलेले कुणास ठाऊक?

३ : मग मरा. वेळा चुकवून चालत नाही राजकारणात.

अल्किबियाडिस : वेळ चुकवत नव्हतो आम्ही. पण सॉक्रेटिसला काय मान्य होईल, त्याला काय पटेल, याचा विचार करायला नको? तोच तर मोठा प्रश्न होता.

४ : (एकदम मागे वळून बघत) पण तुम्हाला काय वाटत होतं? 'वेळ घालवू नये', 'विचार करून काय करावं' अशा सुभाषितांना काही अर्थ नसतो. तुम्हाला काय वाटत होतं? कसं वागणं योग्य अशा वेळी, खरंतर, कुठल्याही वेळी?

अल्किबियाडिस : परिस्थितीच चमत्कारिक होती. नेहमीपेक्षा वेगळी. काही ठरवणं अवघड होतं.

४ : मग?

३ : मग? मग काय झालं, ते मीसुद्धा सांगू शकेन. दोन तट पडले असतील.

अल्किबियाडिस : हो.

३ : मग शांतता पसरली.

अल्किबियाडिस : हो.

[विराम]

४ : पण झालं काय पुढे प्रत्यक्षात?

३ : काय होणार?

[अल्किबियाडिस काहीसा हतबुद्ध. काहीच उत्तर देत नाही. तेवढ्यात प्लेटो, क्रिटो इत्यादी येतात.]

अल्किबियाडिस : (प्लेटोला उद्देशून, ४ कडे हात करत) बरं झालं आलास. हा फार प्रश्न विचारू लागला होता, सॉक्रेटिससारखे.

२ : पुढे काय झालं? काय निर्णय झाला संसदेत?

१ : थांब. (प्लेटोला उद्देशून) मघाशी पण तुम्ही या जागेची माहिती अर्ध्यात थांबवलीत. आम्हाला सर्व काही सांगितलं नाहीत. तो माणूस उजेडातून अंधारात आला. त्याला काही दिसेनासं झालं. लोकांनी टिंगल केली त्याची. पुढं?

[परत आधीच्या गुहेचे दृश्य. प्लेटो बोलतो त्याप्रमाणे घटना मागे घडताना दिसतात.]

प्लेटो : पुढं? बघा, त्याला हळूहळू दिसायला लागलं. तो बोलू लागला आता. लोकांना समजावू लागला. काही लोकांना त्रासदायक ठरू लागला. आता उरलेल्या कुणाचे तरी साखळदंड सोडवून त्याला मोकळा करण्याचा प्रयत्न तो करणार, हे तर उघड आहे. मग? त्या लोकांनी त्याला पकडण्याचाच अवकाश. त्याला लगोलग मृत्युदंडच दिला जाईल. कसा परवडणार तो त्यांना? काही लोकांना स्वत:च्या फायद्यासाठी सत्य नको असतं आणि उरलेल्यांना अज्ञानामुळे. निर्णय ऐकायचा होता ना? सॉक्रेटिसला देहदंड दिला गेला.

२ : पण अथेन्समध्ये मृत्युदंडाऐवजी नुसता दंड भरून मोकळं होण्याची प्रथा होती ना? दंड सुचवून, तो भरून मृत्युदंड तर टाळता येत असे. मग अशी मुभा सॉक्रेटिसला दिली गेली नाही?

प्लेटो : दिली गेली. नक्कीच दिली गेली.

[परत एका कोपऱ्यात सॉक्रेटिस व त्याच्यावर उजेड. बाकीचे निघून जातात.]

सॉक्रेटिस : देहदंड! न्यायसभेचा हा निर्णय मला अपेक्षित होता. अपेक्षित नव्हती, ती मतविभागणी. मेलेटस, ॲनिटस आणि लायकॉन – तिघंजण एकत्र आल्यावरही फक्त तीस मतांनी निर्णय माझ्याविरुद्ध गेला? परिस्थिती निराशाजनक नाहीये. ॲनिटस आणि लायकॉन मेलेटसच्या बाजूनं एकत्र आले नसते, तर हे झालंच नसतं. किंबहुना चुकीचा खटला दाखल केल्याबद्दल

प्रथेप्रमाणे मेलेटसला दंड भरावा लागला असता. पण तरी झालं ते आश्चर्यकारकच. माझी अपेक्षा यापेक्षा वाइटाची होती.

मेलेटस म्हणतो, देहदंड. मी काय दंड सुचवू बदल्यात? जो माणूस आयुष्यात एक क्षणही स्वस्थ बसला नाही, पण ज्यानं पैसे, मानमरातब, जमीनजुमला – कशाचाही विचार केला नाही, त्या माणसाची किंमत काय असावी? तुमचं भलं करू पाहणाऱ्या माणसाची किंमत काय असावी? निदान रथांच्या शर्यतीत विजेत्याला मिळणाऱ्या बक्षिसापेक्षा जास्त? त्याला कशाची आवश्यकता नसते आणि मला आहे, म्हणून तरी? तो तुम्हाला क्षणिक सुखच फक्त देतो आणि मी तुम्हाला सत्याची जाणीव करून देतो, म्हणून तरी? मी रडणार नाही, दया मागणार नाही, हे तर मी मघाशीच सांगितलं. मग मी हे तरी का बोलतोय? कारण मला खोलवर माहितीय की, मी निर्दोष आहे. हे मी तुम्हाला पटवून देऊ शकलो नाही, हा भाग वेगळा. वेळच फार कमी होता. देहदंडाचे खटले एका दिवसात निकालात काढले जाऊ नयेत, असा कायदाच अथेन्स सोडून इतर सर्व नगरराज्यांत आहे. तशीच परिस्थिती अथेन्समध्ये असती, तर कदाचित मी तुम्हाला माझी बाजू समजावूनही देऊ शकलो असतो... मी इतरांवर कधी अन्याय केला नाही. 'अमुक एक दंड देतो', असं म्हणून माझ्या स्वत:वरच अन्याय कसा करू? माझ्या स्वत:वरच अन्याय करणंही योग्य नाही. का असावं? मृत्युदंडाला घाबरून? असं बघा, दंड हा निश्चितच वाईट आहे, याची मला, आपल्या सर्वांना खात्री आहे. दुसऱ्या बाजूला मृत्यू चांगला आहे, की वाईट आहे, हे मला माहीत नाही. मी दंड का मागू? समजा, मागितलाच, तर मग दंड भरेपर्यंत तुरुंगवास मागावा लागेल. म्हणजे तुरुंगवासच. कारण दंड भरण्यासाठी माझ्याकडे पैरोच नाहीत. हां, अजून एक पर्याय आहे. हद्दपार होणं! हे मागू? तुम्ही, माझे देशबांधव, माझे शब्द, माझं वागणं मान्य करू शकत नाही. तर इतर कसे करतील? आणि मी माझी जगण्याची पद्धत बदलणं तर शक्य नाही. आता या वयात, या शहरातून त्या शहरात, या राज्यातून त्या राज्यात भटकत राहू? कायमचा हद्दपार, कायमचा हाकलला जाणारा? मला खात्री आहे, मी कुठंही जावो, तरुण मुलं माझ्याभोवती जमणार. मी सत्य बोलणार आणि बाहेर हाकलला जाणार.

मी असाच वागणार, हे नक्की. ही देवाची आज्ञा आहे. सतत स्वत:ला आणि इतरांना तपासत राहण्याशिवाय माझ्या आयुष्याला अर्थच उरत नाही. तरीही मला तुमचा मान राखला पाहिजे. दंड? काहीतरी तर सुचवतोच. मी तीस मिनी दंड भरायला तयार आहे. प्लेटो, क्रिटो आणि क्रिटोबलस माझं हमीपत्र घेतील. तीस

मिनींसाठी एवढे हमी देणारे खूपच म्हणायचे.

[हळूहळू परत सॉक्रेटिस अंधारात. गुहेतल्या इतरांवर उजेड.]

३ : तीस मिनी? फक्त तीस मिनी दंड सुचवला? सॉक्रेटिसनं दंड सुचवला की चेष्टा केली त्यांची?

प्लेटो : मग किती दंड सुचवायला हवा होता?

३ : कितीही! तुम्ही होता ना आजूबाजूला? तुमची जबाबदारी नव्हती काहीही? सॉक्रेटिससारख्याला जिवंत ठेवणं महत्त्वाचं असतं. तो जगला तर अनेक गोष्टी बदलू शकतात. असे राजकीय निर्णय घेणं भाग असतं अनेक वेळा. सॉक्रेटिस जगलाच पाहिजे.

प्लेटो : अशा पद्धतीनं दंड देऊन 'सॉक्रेटिस' जगतो कधी? 'सॉक्रेटिस' नावाची व्यक्ती जगत राहील कदाचित; पण तो खरा 'सॉक्रेटिस' उरणारच नाही. सॉक्रेटिस जगतो, तो केवळ त्याच्या विचारांनी नव्हे. त्या विचारांप्रमाणे त्यानं केलेल्या आचरणामुळे. कुठलीही तत्त्वप्रणाली, कुठलंही सत्य आचरणानंच सिद्ध होतं,यावर तर त्याचा ठाम विश्वास होता.

४ : पण त्यांनी मान्य केला तीस मिनी दंड?

प्लेटो : कसा करतील? ते हास्यास्पद ठरले असते.

४ : मग?

प्लेटो : मग काय? सॉक्रेटिसला त्यांनी परत बोलू दिलं, एवढं मात्र खरं –

[परत सॉक्रेटिसवर उजेड. उरलेले अंधारात.]

सॉक्रेटिस : अथेन्सवासीयांनो, मला ठार करण्यासाठी थोडी वाट पाहिली असतीत, तर हे कृत्य निसर्गानंच केलं असतं, इतकं माझं वय झालं आहे. आता काय होईल, माहितीये? 'तुम्ही सॉक्रेटिस नावाच्या शहाण्या माणसाला मारलंत', असा आरोप कायम तुमच्या विरोधात केला जाईल. चांगले लोक तर तो करतीलच. परंतु तुमच्याविरुद्ध आणि स्वतःच्या फायद्यासाठी वाईट माणसंसुद्धा त्याचा वापर करून घेतील. थोडं थांबला असतात—आणि हे मी सगळ्यांना उद्देशून बोलत नाही—तर हे काम आपोआप झालं असतं. कसं का असेना, युद्धात आणि न्यायानं वागण्याच्या बाबतीत, मृत्यूपासून पळून जाण्याचे मार्ग असले तरी ते वापरू नयेत. कारण प्रश्न, मृत्यू टाळण्याचा नसून, दुराचरण टाळण्याचा असतो.

मृत्यू ज्याच्या जवळ आहे, असा माणूस भविष्यात बघू शकतो, असं म्हणतात. मलाही आज भविष्य दिसत आहे. मी सांगतो, ते ऐका. माझ्यावर आरोप करणाऱ्यांना घाबरून आज हा निर्णय तुम्ही घेतला आहे. तुमच्या

विवेकाला धरून तो घेतला गेलेला नाही. आता भविष्यात तुमच्यावर आरोप केले जातील. तुमच्यावर आरोप करणारे जास्त तरुण असल्यानं ते जास्त निर्घृण असतील. आपल्याला अनीतिमान वर्तनापासून दूर करू पाहणाऱ्या व्यक्तीस मारून टाकणं, हा कशावरचाच उपाय असू शकत नाही. त्याची फळं भोगावीच लागतात.

माझ्या बाजूनं मत देणाऱ्या लोकांनाही मी काही सांगू इच्छितो. माझ्याबाबत आज झालेल्या घटना सर्वार्थानं वाईट नाहीत. माझ्या आतून येणाऱ्या दैवी आवाजानं आज मला एकदाही अडवलं नाही. त्या अर्थी मी योग्य तेच वागलो, योग्य तेच झालं. मृत्यू वाईट नाही, असाच त्याचा अर्थ आहे. मृत्यू म्हणजे एकतर काहीच नाही, किंवा एका जगातून दुसऱ्या जगात जाणं आहे. एक स्वप्नविरहित शांत झोपेची अवस्था तरी आहे, जिच्यासाठी आपण जिवंतपणीसुद्धा झुरतो. असा पूर्ण शांततेचा काळ जिवंतपणी किती वेळासाठी मिळू शकतो? किंवा तसं न होता दुसऱ्या जगात मी जाणार असलो, तर तिथं मला पूर्वी होऊन गेलेले सर्वश्रेष्ठ लोक भेटतील, असं म्हणतात. मला मिनॉस भेटेल. राधामँटस भेटेल. जी महान नीतिमान, श्रेष्ठ व्यक्तिमत्त्वं होती, अशी सगळी माणसं भेटतील. ऑर्फियसशी मी बोलू शकेन. आणि म्युसायस, हेसॉइड, होमर? सगळेच भेटतील. सर्वांत महत्त्वाचं म्हणजे ज्ञानाच्या प्रांतातल्या शोधाचा हा प्रवास मी नेटानं चालू ठेवू शकेन. तिथं मृत्युदंड असूच शकत नाही.

जाण्याआधी एक विनंती मात्र करू इच्छितो. जेव्हा माझी मुलं मोठी होतील, तेव्हा मी ज्या प्रकारे तुम्हाला त्रास देत आलो, त्याचप्रमाणे त्यांना द्या. ते कधीही सदाचरणाऐवजी श्रीमंतीच्या मागे लागले, आपल्याजवळ ज्ञान नसताना, ते आहे, असं ढोंग करू लागले, तर मी तुम्हाला त्रास देत असे, तसा त्यांना द्या. हे तुम्ही केलंत, तर मला आणि माझ्या मुलांना, दोघांनाही, तुम्ही न्याय दिलात, असं मी समजेन. मला वाटतं, आता त्या मृत्यूआधीच्या कोठडीत जाण्याची वेळ झाली आहे. मी माझ्या मृत्यूच्या वाटेनं जातो, तुम्ही जीवनाच्या जा. कुठली वाट जास्त चांगली, ते देवच जाणे.

[सॉक्रेटिसवर परत अंधार. इतर मंडळी उजेडात.]

३ : अजूनही सॉक्रेटिसनं पळून जायला हवं. कितीही अवघड असलं तरी.

क्रिटो : अवघड? सोपं होतं, सोपं. तीही प्रथाच होती. त्यांनाही तर तेच हवं होतं. सॉक्रेटिस मेला, तर उलट त्याचा हुतात्मा होता. त्यांना जास्तीच त्रासदायक.

३ : ते तसा विचार करणारच. शेवटी हे राजकारण आहे.

१ : पण मग सॉक्रेटिसच्या बाजूनं विचार करता त्यानं हुतात्मा होणं योग्य आहे.

क्रिटो : राजकारणासाठी पळून जाणं, न जाणं, राजकारणाचे फायदे बघणं, अशा गोष्टी सॉक्रेटिस कधीच करणं शक्य नव्हतं. राजकारण नको, पण शिक्षा अन्याय्य होती. त्या अन्यायाचं काय? [क्रिटो आपल्याच विचारात खाली बसतो.] एकीकडे त्याच्या शिक्षेची अंमलबजावणी व्हायला उशीर होत होता. आम्ही सगळेच अस्वस्थ होतो.

[इतर निघून जातात. चौकातली नेहमीची बैठकीची जागा. प्लेटो आत येतो. आपल्याच विचारात गुंग. क्रिटो वैतागलेला, उद्विग्न. इकडे तिकडे फिरतो आहे. हातातल्या काठीने जमिनीवर जोरात मारतो. डावीकडून एक माणूस येतो व उजवीकडे निघून जातो. सामान्य नागरिक. दरम्यान—]

क्रिटो : (काठी परत आपटत, माणसाकडे पाहत काहीतरी पुटपुटतो.) मारलं पाहिजे यांना!

[माणूस दचकलेला. तसाच दचकत चालत राहतो.]

प्लेटो : क्रिटो!

क्रिटो : अथेन्सचे नागरिक म्हणवतात स्वत:ला. ज्यूरी बनतात लेकाचे!

[परत काठी आपटतो.]

प्लेटो : क्रिटो, राग आवर. तो नव्हता ज्यूरी.

क्रिटो : नव्हता. पण सॉक्रेटिस कोण आहे, तो खोटेपणानं मारला जाणार आहे, हे तरी माहितीये का त्याला? विचार! विचार ना! नागरिक तरी आहे ना तो? मग त्याला काही देणंघेणं नाही? ...का, आता का? नागरिक म्हणवतात स्वत:ला लेकाचे!

[विराम. माणूस दचकत निघून जातो. मधे थांबून एकदा रागाने बघतो, पण शेवटी निघून जातो. विराम.]

क्रिटो : (उदासपणे) ही नगरी हलणार कधी? शांत, सुस्त आहे सगळं. जणू काही झालंच नाहीये, काही होणारचं नाहीये.

प्लेटो : लोक असा उठाव कधीच करत नसतात. लोकांना लागतात नेते. असा स्वत:हून कधी हलतो समाज?

क्रिटो : पण निदान कोणाला काही तमा! काही जाणीव! सगळे मृतवत, पेंढा भरलेले पुतळे झाले आहेत.

[विराम. अल्किबियाडिस येतो. उघडपणे दारू प्यायलेला आहे. तरी तसा शुद्धीवर.]

क्रिटो : या! तुमचीच कमी होती.

[विराम. दोघेही त्याच्याकडे बघताहेत. अल्किबियाडिस बसतो. डोळ्यांत पाणी. रडतो आहे.]

क्रिटो : आता डोळ्यांत पाणी आणून काय उपयोग? खटल्याच्या दिवशी सकाळपर्यंत तू लायकॉनला फितवण्याची भाषा करत होतास! (अल्किबियाडिस गप्प.) सांग ना, कसे आले तिघं एकत्र, तीन टोकांचे – ॲनिटस, मेलेटस आणि लायकॉन! एकत्र! कोणाचा विश्वास बसला असता! आणि तुम्ही आतले बघत बसलात! नेहमी एकमेकांच्या उरावर बसणारी मंडळी एकत्र...

प्लेटो : काय लहान मुलासारखं बोलतोस? शत्रूचा शत्रू, तो मित्र ही नीती नवी नाही. सॉक्रेटिस कुणाला परवडणार? कुणालाच नाही.

क्रिटो : पण हे काय करत होते? काय उपयोग त्यांनी तिथं असून? दारू पीत बसतात नुसते. स्वत:ला संसद-सदस्य म्हणवतात. करतात काय हे? सॉक्रेटिसला वाचवण्याचा आपला सगळा प्रयत्न यांच्यावर अवलंबून होता.

प्लेटो : त्याला बोल लावून काय उपयोग? त्यानं केला असणार प्रयत्न आपल्यापरीनं. संपूर्ण व्यवस्थाच किडली तर तो काय करणार?

अल्किबियाडिस : सॉक्रेटिसला आपले हे प्रयत्न कधीच आवडले नसते. त्याच्या नकळत एका दिवसात किती गोष्टी करता येणार?

क्रिटो : काही बोलू नकोस. आता टिपं गाळत बसलाय.

अल्किबियाडिस : (एकदम चिडत) तुम्ही व्हा की पुढे मग राजकारणात. कोणी थांबवलंय तुम्हाला? सॉक्रेटिसनं राजकारण केलं नाही, ठीक आहे. त्याच्यासारखी माणसं बाहेरच हवीत. पण तुम्ही? तुम्ही नुसती तोंडं चालवा बाहेर. राजकारण कुणीच केलं नाही, तर मग मेलिटससारखी माणसंच...

प्लेटो : आता आपण भांडणार आहोत का?

[विराम]

क्रिटो : सॉक्रेटिसनंसुद्धा उल्लेख केला, तिघांच्या एकत्र येण्याचा! मला एक कळत नाही. त्याच्यासारख्या माणसाच्याही हे लक्षात आलं?

प्लेटो : क्रिटो, सॉक्रेटिस भाबडा नाही! तुला कधी कळणार साध्या गोष्टी?

क्रिटो : तो अजून इथं असायला हवा, एवढं मला कळतंय.

[विराम]

प्लेटो : (पुढे येऊन बसत) निर्णयाप्रत तर यावंच लागतं. निर्णय परिस्थितीनं घेणं योग्य नाही... पण मरण पत्करणं किंवा पळून जाणं... पर्यायाविना निवड आहे ही.

अल्किबियाडिस : निवड नाहीये. तो पळून जाणार नाही. या चौकात आलं, की मला त्याचे शब्द आठवतात. त्याचा सूर आठवतो. आठवा त्याचा सूर! मला आठवतोय...

क्रिटो : तुला? तुला आठवतोय सूर?

प्लेटो : तो म्हणतोय, ते खरंय. नुसती चिडचिड करून काय होणारे?

क्रिटो : मग नुसता विचार करत बसून काय होणारे? दैववाणी? ती झाली एकदा आणि हा परिणाम झाला त्याचा. या नगरातली दैवतंसुद्धा टाकाऊ आहेत.

प्लेटो : क्रिटो!

क्रिटो : तू बस विचार करत.

[विराम. क्रिटो थोडा शांत झाला आहे.]

क्रिटो : कसला विचार करतो आहेस?

प्लेटो : मी कधीतरी या नगराबाहेर एक आश्रमशाळा काढीन. ठरवलंय मी आता. सॉक्रेटिसचे विचार जिवंत राहिले पाहिजेत... हसू नकोस.

क्रिटो : मी कसा हसेन? हे काम तूच करू शकशील. आम्ही तर सगळी वाया गेलेली मुलं आहोत. वयानं वाढलेली. आमच्यावर ज्ञान म्हणजे पालथ्या घड्यावर पाणी. प्लेटो, का अवस्था व्हावी या समाजाची अशी? एके काळची ही सर्वार्थानं संपन्न नगरी. पायथागोरस, होमरसारख्या लोकांची नगरी! एखाद्या कुजलेल्या फळांच्या पेटाऱ्यासारखं स्वरूप आलंय तिला.

अल्किबियाडिस : काही काढू नकोस आश्रम.

क्रिटो : का?

अल्किबियाडिस : काही होणार नाही इथं. फुकट आशावादी असणारे लोक मूर्ख असतात.

प्लेटो : तू फार दारू प्यायला आहेस. अजून या नगरीत बरंच काही होणार आहे. माझे शब्द लक्षात ठेव.

क्रिटो : तू खरंच काढ आश्रमशाळा. सॉक्रेटिसच्या तोडीस तोड अशी असामान्य बुद्धिमत्ता आहे तुझी. तरुणही आहेस तू.

प्लेटो : पण सॉक्रेटिसकडून खूप काही शिकणं बाकी आहे.

क्रिटो : आपण पटवू सॉक्रेटिसला. येईल पळून तो आपल्याबरोबर. मग तू आणि तो अथेन्स सोडून जा. थॅसेलीमध्ये माझे खूप मित्र आहेत. ते नक्कीच तुम्हाला ठेवून घेतील. सगळं शिकून घे. आणि कुणास ठाऊक! सहा महिन्यांत ही राजवट बदलेलही! तुम्ही परतही याल!

प्लेटो : खरं आहे. भविष्य कुणाला ठाऊक आहे? यांच्या पापाचा घडा भरत आला आहे, हे निश्चित.

क्रिटो : चल, तयारी केली पाहिजे. माझं मन सांगतंय. डेलासहून जहाज यायला अजून तीन-चार दिवस तरी लागणार. सॉक्रेटिस तोपर्यंत सुखरूप आहे.

प्लेटो : सॉक्रेटिसला कोण समजावणार?

क्रिटो : मी समजावीन.

प्लेटो : इतकं सोपं जाणार नाही ते. थांब, त्याच्याशी काय बोलायचं...

[तेवढ्यात फिडो येतो. मान खाली घालून. विमनस्क.]

क्रिटो : (त्याच्याकडे धावत) काय झालं? (फिडो गप्प. त्याला हलवत) काय झालं? काहीतरी बोल मूर्खा!

फिडो : जहाज उद्या संध्याकाळपर्यंत नक्की येईल. परवाचा दिवस शेवटचा.

क्रिटो : तू होतास कुठं इतका वेळ? अशी बातमी घेऊन फिरत बसला होतास?

फिडो : सॉक्रेटिसच्या घरी गेलो मी.

क्रिटो : कशाला? त्या झांटिपीला सांगायला? अवदसा कुठली...

अल्किबियाडिस : क्रिटो, ती सॉक्रेटिसची बायको आहे.

[विराम]

प्लेटो : काय म्हणाली ती?

फिडो : इतक्या धीरोदत्तपणे तिनं ही बातमी स्वीकारली...

क्रिटो : तिला काही वाटलंच नसणार. आयुष्यभर छळलंन् त्याला!

फिडो : तू तिला पाहायला हवं होतंस. मग असं बोलला नसतास. सॉक्रेटिस आपल्या सगळ्यांपेक्षा तिला जास्त कळलाय.

क्रिटो : एका स्त्रीला?

प्लेटो : क्रिटो, तू रागावला आहेस आणि अथेन्सच्या लोकांना स्त्रिया कुठल्या कळायला?

क्रिटो : न का कळेना!

[विराम. प्लेटो फेऱ्या घालतोय. क्रिटो अस्वस्थ.]

क्रिटो : आता काही करायचं आहे, का इथं बसून राहायचंय?

प्लेटो : करायचंय. वेळही नाहीये. तू थांब इथंच. मी आधी झांटिपीकडे जातो. सॉक्रेटिसच्या मुलांची जबाबदारीही आता आपल्यावर आहे. अथेन्स सोडून जायची वेळ आली, तर त्यांनाही न्यावं लागेल.

फिडो : मी हेही बोललो तिला.

प्लेटो : मग?

फिडो : ती म्हणाली, हे कधीच शक्य नाही. सॉक्रेटिस कधीच पळून जाणार नाही, ही काळ्या दगडावरची रेघ आहे.

अल्किबियाडिस : मूर्ख स्त्री!

प्लेटो : मी परत एकदा जातो तिच्याकडे. इतरांशीही त्वरित संपर्क साधला पाहिजे.

क्रिटो, तू इथंच थांब. फिडो, तू चल माझ्याबरोबर!

[प्लेटो, अल्किबियाडिस आणि फिडो जातात. विराम. क्रिटो रंगमंचावर एकटा. ४ आत येतो आणि आपल्याच तंद्रीत एका बाजूस जाऊन बसतो. क्रिटो त्याच्याकडे रोखून बघतो, मग मान खाली घालून बसतो. ४चा शांतपणा क्रिटोला हळूहळू त्रासदायक वाटू लागतो. पण तरी काहीसा शांत, उदास.]

क्रिटो : बरा शांत बसलायस! अनंत अवकाशातून खाली बघत असल्यासारखा!

[विराम]

क्रिटो : आमचं कावरेबावरेपण पाहून हसतोयस?

[विराम]

क्रिटो : काहीच बोलणार नाहीस?

४ : मी तुम्हाला हसेन, असं तुला वाटतं?

क्रिटो : माहीत नाही. समजत नाही मला काही. [क्षणिक विराम] सॉक्रेटिसला ठार मारावा, इतकी त्याची भीती मेलेटसला का वाटते, ते पूर्वी कळायचं नाही. आणि आता इतक्या पटकन अथेन्समधे पसरलेली ही स्मशानशांतता? जणू काही झालंच नाही! सॉक्रेटिसचे आमच्या मनावर कोरले गेलेले शब्द तसेच्या तसे परत ऐकवले, तरी शांतता... हेही कळत नाही.

[१ आत येऊन बसतो.]

४ : कोणाकोणाशी, काय काय बोललात तुम्ही?

क्रिटो : खूप लोकांशी बोललो. फक्त इथं नाही बसलो एकमेकांशी चर्चा करत. खूप लोकांशी बोललो. सॉक्रेटिस बोलायचा तेच बोललो. अनेकजण रडले आमच्याबरोबर. सॉक्रेटिसला पळून जाता यावं, म्हणून आम्ही जी सिद्धता करत होतो, त्यासाठी अनेकांनी साहाय्यही केलं. नाही असं नाही. पण...

४ : पण काय?

क्रिटो : पण खरं पाहता... नाही, काही नाही.

[४ हसतो.]

क्रिटो : बघ! हसणंच तुझ्या मनात होतं. मी मघाशी म्हणालो, ते खोटं नव्हतं.

४ : त्यासाठी नाही हसलो मी. तुमची टवाळी करण्याचं माझ्या कधीच मनात येणार नाही.

क्रिटो : हसलास ना पण... [विराम] मेलेटस इतक्या सहज विजयी होतो? आम्ही असताना?

४ : विजय? प्रश्न विजयाचा होता? प्रश्न सद्वर्तनाचा असतो.

क्रिटो : पण सद्वर्तन, ज्ञान यांचाही विजय होणं आवश्यक असतं कधी कधी.

निदान त्या वेळी तरी आम्हाला असंच वाटत होतं. मेलेटस पण प्राण पणाला लावून बाजी खेळत होता.

१ : (अचानक मधे घेत) पुढे काय केलंत पण? काय झालं प्रत्यक्षात?

क्रिटो : (भानावर आल्यासारखा) मेलेटसला आम्ही जिंकू देणार नव्हतो. ठरल्याप्रमाणे सगळी सिद्धता करून मी दुसऱ्या दिवशी पहाटे तुरुंगात गेलो. सॉक्रेटिस एखाद्या मुलासारखा शांत झोपला होता.

[सॉक्रेटिस मागील बाजूस शांत झोपलेला दिसतो. क्रिटो अस्वस्थपणे सॉक्रेटिस उठण्याची वाट बघत बसलेला. रंगमंचावर फक्त सॉक्रेटिस आणि क्रिटो. सॉक्रेटिस उठतो. क्रिटोला बघून आश्चर्यचकित होतो.]

सॉक्रेटिस : क्रिटो? तू या वेळी? अजून तर अगदी पहाट आहे ना?

क्रिटो : पहाटेचा पहिला प्रहर आहे.

सॉक्रेटिस : बाहेरच्या पहारेकऱ्यांनी तुला येऊ दिलं?

क्रिटो : आहेत कितीसे पहारेकरी बाहेर? आहेत ते मला ओळखतात. माझ्या उपकारातही आहेत ते.

सॉक्रेटिस : आत्ताच आलास?

क्रिटो : थोड्या वेळापूर्वी.

सॉक्रेटिस : अरे, मग मला उठवायचं नाही?

क्रिटो : किती शांत झोपला होतास तू! अशा परिस्थितीतही.

सॉक्रेटिस : या वयात मृत्यूच्या कल्पनेनं झोप घालवू?

क्रिटो : बऱ्याच वयस्कर मंडळींची जाते.

[सॉक्रेटिस फक्त हसतो. विराम.]

क्रिटो : काल फिडो आणि प्लेटो तुझ्या घरी गेले होते.

सॉक्रेटिस : तुम्ही असताना मला कसली काळजी?

क्रिटो : झांटिपीला आमचीही आवश्यकता नाहीये. फार धीरानं वागतेय ती.

सॉक्रेटिस : हे तू मला सांगतोस?

क्रिटो : आम्ही उगाच चिडायचो तिच्यावर.

सॉक्रेटिस : तुमचंही बरोबर होतं. थोडी संतापी आहेच ती. फार सोसलंन तिनं.

क्रिटो : श्रेष्ठ माणसांच्या बायकांना सोसावंच लागतं. समाजासाठीचा त्याग आहे हा.

सॉक्रेटिस : (हसतो) या सगळ्या बोलायच्या गोष्टी. तिनं का सोसावं? समाजानं लादलं म्हणून? तिची ताकद मात्र अफाट आहे. मीही अनेकदा तिच्या ताकदीवरच विसंबलो.

[विराम]

क्रिटो : आम्ही भेटतो अजून रोज.

[विराम]

सॉक्रेटिस : क्रिटो, तू आत्ता इथं कशाला आलायस? इतक्या पहाटे? हे सांगायला?

[विराम. क्रिटो उत्तर देत नाही.]

सॉक्रेटिस : डेलासहून जहाज येऊन पोचलं... दिवस जवळ आला, हेच सांगायला आला आहेस?

क्रिटो : आज पोचेल. आणि उद्याचा दिवस शेवटचा.

सॉक्रेटिस : ठीक.

[विराम]

क्रिटो : आम्ही सगळी व्यवस्था केलेय. थॅसेलीमधले माझे मित्र तुझी आणि प्लेटोची वाट बघत असतील. कालच त्यांना दूत गेलाय. तू इथून पळून जायलाच हवंस.

[सॉक्रेटिस फक्त हसतो.]

क्रिटो : आमचा एवढाही अधिकार नाही तुझ्यावर? आमचं नुकसान जाऊ दे. लोक काय म्हणतील? 'क्रिटोसारख्या माणसांनी पैशाची मदत केली नाही, अन्यथा सॉक्रेटिस पळून जाऊ शकला असता', असं म्हणून आमची छी:थू: करतील लोक.

सॉक्रेटिस : लोकांच्या मताशी आपल्याला काय करायचंय? चांगल्या लोकांना असं काही वाटणार नाही.

क्रिटो : लोकांच्या मताला किंमत द्यावीच लागते. तुला त्यांच्याच मतामुळे मृत्युदंड ठोठावला गेला ना? त्यांच्याच मतानं झालं ना हे दुष्कृत्य?

सॉक्रेटिस : हे खरं असतं, तर किती बरं झालं असतं! कारण ज्यांच्या मतांनी वाईट काम होऊ शकतं, त्यांच्या मतांनी चांगली कामंही होऊ शकतात. जग किती चांगलं झालं असतं, तू म्हणतोस ते खरं असतं तर! पण सत्य हे आहे, की त्यांच्या मतांनी काहीच होत नाही, चांगलंही आणि वाईटही. ते जे करतात, तो अपघात असतो फक्त. खरी कारणं आणि कारण होणारी माणसं वेगळीच असतात... शिवाय फक्त काही योग्य आणि चांगल्या माणसांचंच ऐकावं. इतरांचं सोडून द्यावं, हे आपण कित्येकदा आपल्या बोलण्यातून सिद्ध केलंय.

क्रिटो : तसंही असेल. मी तुझ्याशी वाद घालणार नाही. पण तरी एक सांग. तू पळून गेलास, तर आम्हाला त्रास दिला जाईल, ही भीती तर तुझ्या निर्णयामागे नाही? आम्ही आमची काळजी घ्यायला समर्थ आहोत.

सॉक्रेटिस : त्याची मला खात्री आहे.

क्रिटो : मग कारण तरी काय आहे, सॉक्रेटिस? कित्येक माणसं तुला मदत करायला

तयार आहेत. पैसे घेऊन थांबलीयेत. ज्यांना पैसे द्यायचे, त्यांच्याशी बोलणी झालेली आहेत. ...तुझ्या मुलांचा तरी विचार कर. अजून लहान आहेत ती. ...तू शत्रूच्या हातांत सापडतोयस. त्याच्या चालीत अडकतोयस. खरंतर आपण आधीच हे करायला हवं होतं. खटला होताच कामा नये होता. किंवा आपण वेगळ्या पद्धतीनं खटल्याची व्यवस्था लावायला हवी होती.

सॉक्रेटिस : (हसायला लागतो.) तो प्रयत्न केलात की तुम्ही. मेलेटसपासून लायकॉनला तोडायचा प्रयत्न तुम्ही केलात, हे काय मला कळणार नाही, असं वाटलं तुला? राजकारणाच्या बाहेर राहणं म्हणजे राजकारण न कळणं नव्हे. तुमचे प्रयत्न सफल होणार नाहीत, याची मला खात्री होती, नाहीतर मी तुम्हाला आधीच थांबवलं असतं. अजाण असल्यानं मी निष्पाप राहिलो, तर त्यात काहीच विशेष नाही. सुजाण असताना सद्‌गुणी असण्यालाच महत्त्व असतं.

क्रिटो : तरी पण...

सॉक्रेटिस : क्रिटो, अशी तडफ प्रत्येक वेळी योग्य असतेच, असं नाही. मी सांगितलंय एकदा, मी का पळून जाणार नाही ते. विवेकानं सत्य आणि न्याय्य काय, ते मी आयुष्यभर ठरवत आलो. आता माझी तत्त्वं बदलणं म्हणजे भीतीनं मार्ग बदलण्यासारखं होईल. लहान मुलं बागुलबोवाला घाबरतात ना? तसं. तरी तुझ्या समाधानासाठी माझी भूमिका आपण परत एकदा तपासून पाहू. मी मरणाच्या दारात उभा आहे. अशा वेळी बुद्धी अस्थिर होण्याचा धोका असतो. पण तू तर मृत्यूपासून कित्येक योजनं दूर आहेस. तू माझ्या प्रश्नांची उत्तरं दे. मग पळून जाणं योग्य, असं सिद्ध झालं, तर मी तुझं ऐकेन. अन्यथा तू माझं ऐक. पैसे, लोक काय म्हणतील, मुलांचं काय होईल, अशांसारख्या गोष्टींचा इथं काहीही संबंध नाही. ती सगळी स्वतःच्या फायद्यासाठी बनवलेली तत्त्वं आहेत. आपण एकाच प्रश्नाचं उत्तर शोधलं पाहिजे. मी पळून जाणं सद्‌वर्तन आहे, की मृत्यूला सामोरं जाणं? मग कुणाला कितीही त्रास होवो.

क्रिटो : नाही, ते योग्य आहे, पण...

सॉक्रेटिस : मग सांग, पापाचरण, मग ते कदाचित काही काळासाठी, चांगल्या गोष्टीसाठी का असेना, योग्य आहे? आपण आयुष्यभर हे अयोग्य मानत आलो. आता परत या तत्त्वाचं परिष्करण करावं, असं काही ज्ञान आपल्याला झालं आहे का?

क्रिटो : नाही.

सॉक्रेटिस : म्हणजे आपण सद्‌वर्तनच केलं पाहिजे, मग त्याचे परिणाम काहीही होवोत!

क्रिटो : हो.

सॉक्रेटिस : पापाचा काटा पापानं काढावा, हे तत्त्व अयोग्य आहे?

क्रिटो : हो. ते चुकीचंच आहे. पण तू पळून जाणं हे पाप कसं, ते मला अजूनही कळत नाही. पटत नाही.

सॉक्रेटिस : आपण हे समजण्यासाठी एक युक्ती करू. समज, प्रत्यक्षात राज्यव्यवस्था आणि कायदा हे मनुष्यरूप धारण करून माझ्यासमोर आले. आणि मी पळून जाताना त्यांनी माझी उलटतपासणी घेतली तर ते काय म्हणतील? ते म्हणतील, 'सॉक्रेटिस, तू हे काय करतोयस? तू पळून जाण्यानं संपूर्ण व्यवस्थाच उद्‌ध्वस्त करतो आहेस! कायद्याला जिथं जुमानलं जात नाही, ती राज्यव्यवस्था किती दिवस टिकू शकते? आणि तुझ्या पळून जाण्यानं कायदा पायदळी तुडवला जात नाही?' मला माहितीये, क्रिटो, तुला काय विचारायचं आहे. मीही त्यांना तेच म्हणेन. मी त्यांना सांगेन, 'पण कायद्यानं माझ्यावर अन्याय केलाय. मी का मानू असा कायदा?'

क्रिटो : हाच प्रश्न माझ्या मनात होता.

सॉक्रेटिस : मग ते म्हणतील, 'पण असा करार होता आपला? तुला मान्य होईल तो कायदा तू मानणार, उरलेले धुडकावणार, असा? तू तर कुठल्याच अटी न घालता कायदा मान्य केला होतास. आम्हीच तुला मोठा केला. इथल्या कायद्यान्वयेच तुझ्या आईबापांचं लग्न झालं. तुझं पालनपोषण झालं, शिक्षण झालं. तुला नागरिकत्वाचे अधिकार मिळाले. तू स्वत:ला आमच्याबरोबरीचा कसा मानतोस, सॉक्रेटिस? आम्ही असं वागलो, तर तू तसं वागणार, असा अधिकार तुला कुठून मिळाला? स्वत:च्या आईवडिलांशी असं वागशील तू? हे सद्‌वर्तन ठरेल? राज्य हे आईबापांच्यापेक्षाही महत्त्वाचं असतं, हे एका तत्त्वज्ञाला कळू नये? युद्ध असो, का न्यायालय, आम्ही म्हणतो, ते तुला सर्व परिस्थितीत ऐकलंच पाहिजे. हे सर्व विवेकाच्या मार्गानं, समजावून सांगून तू बदलू शकतोस. तो अधिकार प्रत्येक नागरिकाला आहे, परंतु आहे तो कायदा तू हातांत घेऊ शकत नाहीस. होईल ती शिक्षा तुला त्यासाठी भोगलीच पाहिजे!' आता सांग क्रिटो, ते योग्य बोलतात का अयोग्य?

क्रिटो : ते योग्य आहेत.

सॉक्रेटिस : ते पुढे म्हणतील, 'अथेन्समधल्या प्रत्येक माणसाप्रमाणे तू वयात आलास, तेव्हा आम्ही तुला अजून एक मुभा दिली होती. आम्ही तुला अयोग्य वाटत होतो, तर तू हे नगर सोडून इतर कुठंही जायला मुखत्यार होतास. आता इतक्या वर्षांनी, आपल्या सोयीनुसार, तुला हे करता येणार नाही. इतकी वर्षं

इथं राहिलास, त्या अर्थी तुझं आमच्यावर प्रेम आहे. तूच नव्हे, तर तुझी मुलंही इथंच जन्मली. इतउप्पर, तुला शिक्षा देण्याचा निर्णय झाल्यावर तुला दंड भरण्याची मुभाही देण्यात आली होती, हद्दपार होण्याचा पर्यायही देण्यात आला होता. त्या वेळी 'हद्दपारीपेक्षा मृत्यू बरा' असं म्हणालास, ते ढोंग होतं?' यावर आपण काय उत्तर देऊ, सांग.

[क्रिटो गप्प राहतो.]

ते पुढे म्हणतील, 'तू कुठंही गेलास, तरी तिथले चांगले लोक तुझ्याकडे कायद्याचा शत्रू म्हणून संशयानंच पाहतील. आयुष्यभर न्यायाचा आणि सद्वर्तनाचा विचार पहिल्यांदा करत आलास. आता तसं करणं सोडू नकोस. जगणं, मुलंबाळं या सगळ्या नंतरच्या गोष्टी. मृत्यू चांगला असो वा वाईट, तुझ्या मृत्यूबद्दलच्या कल्पना योग्य असोत वा चुकीच्या, त्यापासून पळून जाण्यात तुला कधीच समाधान मिळणार नाही.' हे सगळं मला ऐकू येतं, क्रिटो. एखाद्या गूढवाद्याच्या कानांत बासरीचे सूर ऐकू यावेत, तसं. मला इतर काहीही ऐकू येत नाही मग. सद्वर्तनाच्या मार्गानं आहे ती परिस्थिती बदलणं, लोकांना समजावणं, सत्याचा शोध घेणं हा माझा मार्ग आहे. मग त्यासाठी होईल ती शिक्षा मला भोगलीच पाहिजे. अशा वेळी माझे मार्ग बदलणं कसं योग्य होईल?... यावर तुला काही सांगायचंय, क्रिटो?

क्रिटो : नाही. मला तुझं म्हणणं मान्य आहे.

सॉक्रेटिस : जा मग. देवानं सांगितलेल्या मार्गानं जा.

[सॉक्रेटिस विचारात मग्न. ४ आत येतो.]

सॉक्रेटिस : ये बैस.

[विराम]

सॉक्रेटिस : बोलून टाक मनातलं.

४ : असं वागल्यानं परिस्थिती बदलते? ...एखाद्या माणसाच्या वागण्यानं परिस्थिती बदलते? नाही बदलत. ...नाहीतर परत परत तेच तेच प्रश्न वेगवेगळी उत्तरं निर्माण करत बसले नसते. मग का जगू मी असं? का होऊ मी सद्वर्तनी?

[विराम]

सॉक्रेटिस : फक्त परिस्थिती बदलावी म्हणून सद्वर्तनी होणार होतास? ...ज्ञान मिळवणं आणि त्याप्रमाणे वर्तन करणं हा काही फक्त मार्ग नव्हे. ते अंतिम ध्येयही आहे, असायलाच हवं. मार्ग आणि ध्येय वेगवेगळी करताच येत नाहीत. माणसाचा मेंदू आणि आत्मा कधीच फक्त खाऊनपिऊन शांत होऊ शकत नसतो. या सीमा उल्लंघून जावंच लागतं... त्यानंच माणसाला माणूसपण येतं.

४ : यालाच संस्कृती म्हणतात?

सॉक्रेटिस : हो. आणि समाजात ती अशीच आवश्यक बनत जाते, अन्नपाण्याइतकी.

४ : पण आता तू दुसऱ्या बाजूनंही बोलतोयस. समाजाच्या! ...का मला कळत नाहीये?

सॉक्रेटिस : आता तुला कळतंय! या दोन गोष्टी वेगळ्या करताच येत नाहीत. [विराम]

४ : क्रिटोशी का नाही बोललास हे मघाशी?

सॉक्रेटिस : त्याला माहितीये.

४ : माहितीये? मग निर्णय घ्यायला अवघड का जातं त्याला? इतरांना?... सगळ्यांनाच?

सॉक्रेटिस : निर्णयाची प्रक्रिया अवघडच असते. एखाद्या सर्जनक्रियेसारखी. [४ उठून बाजूला जातो. विराम.]

सॉक्रेटिस : पटत नाही?

४ : पटतंही आणि नाहीही. माझ्या परिस्थितीत तर हे निर्णय...

सॉक्रेटिस : अवघड झाले आहेत?

४ : हो.

सॉक्रेटिस : प्रत्येक वेळी ते जणू पहिल्यांदा होत असल्याइतके अवघड होतातच. खरं आहे. परत परत... एकदा मी निर्णय घेतला, म्हणून तुझा निर्णय... अगदी माझ्यासारखाच घेतलास तरी... तेवढाच अवघड राहतो. नेहमीच.
[विराम. ४ तोंड वळवतो, तेव्हा एका कोपऱ्यात फिडो आणि १ आत येतात.]

१ : सॉक्रेटिसची शिक्षा सिद्ध झाली, त्याला विष दिलं गेलं, तेव्हा तू स्वत: तिथं होतास, फिडो?

फिडो : हो. होतो.

४ : मला सांग त्याबद्दल. तू एकटाच होतास तिथं?

फिडो : आम्ही सगळेच होतो, नेहमीच्या बैठकीतले. इतरही खूप मंडळी होती. खूप वेळ तो तत्त्वज्ञानावर बोलला. आम्ही सगळे होतो तिथं. फक्त प्लेटो नव्हता. त्याची प्रकृती बरी नव्हती.

२ : सगळं सांग ना नीट.

फिडो : सांगतो. आम्ही पोचलो, तेव्हा त्याचे साखळदंड काढले जात होते. आज सूर्यास्ताला शिक्षेची पूर्तता होणार, हे त्याला सांगितलं गेलं. झांटिपी आधीपासूनच तिथं होती.
[सॉक्रेटिस व झांटिपी दोघांवरच उजेड. दीर्घ विराम.]

सॉक्रेटिस : काल क्रिटो येऊन गेला.

झांटिपी : हं.

सॉक्रेटिस : मला पळवून नेऊ पाहत होता. मागेच लागला होता.

झांटिपी : हं.

सॉक्रेटिस : घरीही जाऊन आलो, म्हणाला.

झांटिपी : हं.

सॉक्रेटिस : मी कधीच पळून जाणार नाही, असं म्हणालीस तू त्याला?

झांटिपी : हो.

[विराम]

सॉक्रेटिस : आपण उभ्या आयुष्यात कधीच एवढे जवळ का आलो नाही? मी तुला ओळखत होतोही, आणि नव्हतोही.

झांटिपी : मी पण तर कायमच ओरडत आले. तक्रार करत आले. सगळेजण माझा तिरस्कारच करतात. चूक माझीच आहे.

सॉक्रेटिस : नाही, झांटिपी. मी थोडं जास्त समजवायला हवं होतं तुला. हे आधीच व्हायला हवं होतं. डविराम.आपल्या वयातलं अंतरच आड आलं.

झांटिपी : असं म्हणून समाधान करून घ्यायचं आता.

सॉक्रेटिस : म्हणजे?

झांटिपी : काही नाही.

सॉक्रेटिस : बोल आता. आता मनात काही ठेवू नकोस. या क्षणी मला हुरहुर लावू नकोस.

झांटिपी : वयाचा प्रश्न तर थोडा होताच. आणि... तुझं तत्त्वज्ञान, जगण्याची पद्धत मला मान्य नव्हती, असंही नाही. पण दोन माणसांत फरक असतोच ना? सगळ्या मनोवृत्ती सामावून घेता येतील, एवढा मोठा आवाका हवाच कुठल्याही तत्त्वज्ञानाचा. एका माणसाच्या मनाचं आणि कल्पनांचं संपूर्ण समाधान झालं म्हणजे तत्त्वप्रणालीचं काम संपत नाही.

सॉक्रेटिस : झांटिपी!

झांटिपी : मी या भाषेत बोलतेय, म्हणून आश्चर्य वाटलं? गेली इतकी वर्षं इतक्या जवळून ऐकतेय मी हे सगळं.

सॉक्रेटिस : बोल, झांटिपी. आता थांबू नकोस.

झांटिपी : तुझं तत्त्वज्ञान पाळायचं, तर मग लक्तरं घालूनच जगलं पाहिजे? माझ्या मुलांनी एकदाही चांगलं काही खाऊच नये? स्त्रियांनी या मातीत जखडून राहावं, अशाच पद्धतीनं वाढवतो हा समाज त्यांना. मग त्या या भौतिकतेचा विचार

करणारच. पण आमची ही भौतिकता खरी असते. ठाम असते. खोलवर रुजलेली. स्वत:च्या मुलांचा विचार करणारी. महालात राहणं मलाही नको होतं. पण या वृत्तीला कुठं स्थान आहे तुझ्या तत्त्वज्ञानात!

सॉक्रेटिस : झांटिपी, सत्य सापडलं सापडलं वाटतं, पण निसटूनच जातं का? मी चुकलोच का?

झांटिपी : तू? तू चुकलास असं मी कसं म्हणेन? ती माझी लायकीच नाही. तुझ्या तत्त्वांना चिकटून राहणं तुला पण भागच होतं. असतंच. नेहमीच. मी पण तर कायम दुसऱ्या टोकाला जाऊन भांडत राहिले. माझं म्हणणं कधी नीट सांगितलं मी तुला? तू मोठाच होत राहिलास. दूरच जात राहिलास, मला कधीच तुला गाठणं जमलं नाही. पण म्हणजे तू मला अगदीच समजत नव्हतास, असं नाही.

सॉक्रेटिस : झांटिपी! कुठल्याही तत्त्वज्ञानानं सर्वांना सामावून घेतलंच पाहिजे. खरं आहे. आणि कुठलीही तडजोडही करता कामा नये, हेही खरं आहे. [विराम] या विनातडजोडीच्या भानगडीत माणूस स्वत:च्या बाहेर पाहणंच बंद करतो का ग?०

[विराम. झांटिपी काहीच बोलत नाही. तिला हुंदका आवरत नाही.]

सॉक्रेटिस : झांटिपी, घरी जा.

[झांटिपी उठून निघून जाते. विराम. क्रिटो, अल्किबियाडिस इत्यादी आत येतात.]

सॉक्रेटिस : क्रिटो, झांटिपी...

क्रिटो : काय? झांटिपीचं काय?

[विराम]

सॉक्रेटिस : काही नाही. सर्व काही माझ्या बुद्धीला उमगणार नाही, हेच सत्य आहे. मला सत्याचा शोधही घेत राहिलंच पाहिजे आणि जे कळलंय त्याच्याशी एकनिष्ठही राहिलंच पाहिजे. चुकाही होत राहतील कदाचित... आता चुकांनाही फारसा वेळ उरलेला नाही.

क्रिटो : म्हणजे?

[विराम]

क्रिटो : आम्ही झांटिपीची आणि मुलांची नीट...

सॉक्रेटिस : (तोडत) त्याची मला शंका नाही. आणि कदाचित त्याची फारशी आवश्यकताही नाही.

[दीर्घ विराम. सॉक्रेटिस निश्चयाने झांटिपीचा विचार मनातून काढून टाकताना जाणवतो. प्रकाश परत फिडोवरही.]

फिडो : साखळदंडांतून नुकतेच मोकळे झालेले आपले हातपाय चोळत सॉक्रेटिस

काही काळ गप्प होता, हरवल्यासारखा. मग असंख्य विषयांवर बोलला. आम्ही आलटूनपालटून त्याच्या वाणीनं आनंदित होत होतो, तर त्याच्या मृत्यूच्या कल्पनेनं दु:खी होत होतो. दिवसभर तो बोलत होता. मृत्यूबद्दल, आत्महत्येबद्दल तो बोलला. आत्मा आणि शरीर यांसंबंधी बोलला. निखळ ज्ञान आत्म्यालाच कसं प्राप्त होतं आणि जाणिवांना होणारं ज्ञान कसं फसवं असू शकतं, याविषयी त्यानं सांगितलं. सद्वर्तन आणि ज्ञान यांची फारकत कशी करता येत नाही, ते त्यानं समजावून दिलं. एकमेकांविरुद्ध असणाऱ्या तत्त्वांविषयी तो बोलला. खूप बोलला.

[विराम]

४ : फिडो, गप्प का बसलास?

फिडो : क्रिटोनं मग काय विचारलं, त्याची आठवण झाली मला.

[संपूर्ण रंगमंच उजेडात. सॉक्रेटिसच्या कोठडीत सॉक्रेटिससह सर्वजण.]

क्रिटो : सॉक्रेटिस, आमच्यासाठी काही शेवटच्या आज्ञा? तुझ्या मुलांबद्दल काही?

सॉक्रेटिस : विशेष काय असणार? स्वत:ची काळजी घ्या. आपल्या मार्गावरून ढळू नका.

क्रिटो : तुझं दफन कसं करावं, या संदर्भात काही...

सॉक्रेटिस : मी मेल्यावर मला पकडून ठेवा, पळून जात नाही ना बघा. [हसायला लागतो.] काही केल्या मी याला पटवू शकत नाही. मरणार ते माझं शरीर. सॉक्रेटिस निघून जाणार आपल्या मार्गानं... तुम्ही कुणीही माझ्या मृत्यूनंतर इथं थांबू नका. तुम्ही यातना करून घेणार, हे मला माहीत आहे. इथं थांबाल आणि म्हणत बसाल, 'इथं आम्ही सॉक्रेटिसला चिरविश्रांती देतो!' किंवा तत्सम काहीतरी. खोटे शब्द स्वभावत: वाईट तर असतातच, पण आपल्या नकळत ते आत्म्याला भ्रष्ट करत राहतात. शांत असा. माझं शरीर पुरलं, असं म्हणा. आणि योग्य ते नेहमीप्रमाणे सर्व करा. विशेष असं सांगण्यासारखं काहीच नाही.

फिडो : (रंगमंचाच्या पहिल्या कोपऱ्यात, उद्देशून) मग तो उठून क्रिटोबरोबर आंघोळीला गेला. आम्ही सुन्न बसून होतो. कुणी कुणी तो काय काय बोलला, त्याविषयी आपापसात बोलत होते. इतर नुसतेच बसून होते. काही वेळानं त्यानं बाहेरच आपल्या दोन मोठ्या मुलांचा निरोप घेतला आणि तो परत आमच्यात येऊन बसला. सूर्यास्ताची वेळ जवळ येत होती. तुरुंगाधिकारी आत आला.

अधिकारी : ही वाईट कामगिरी नेहमीच माझी असते. पण सॉक्रेटिस, इतर कैद्यांप्रमाणे तळतळाट करून तू मला शिव्याशाप देणार नाहीस, याची मला खात्री आहे. इथं आलेल्या सर्वांपेक्षा तू वेगळा आहेस. तुला मी काय सांगू? मी हुकमाचा

ताबेदार आहे. विष तयार आहे. तुझी तयारी झाली की मी ते घेऊन येईन. मला क्षमा कर.

[तो रडत बाहेर जातो. तो बाहेर जाता जाता त्यास उद्देशून—]

सॉक्रेटिस : भली माणसं अशी अचानक भेटतात. तुझ्या चांगुलपणाची परतफेड मी कशी करू? किती स्वच्छ मनाचा माणूस आहे हा! मला भेटायला दरदिवशी येत असे. माझी विचारपूस करत असे. आणि आता माझ्यामुळे दु:खी झाला आहे. क्रिटो, आता उगाचच वेळ दवडण्यात अर्थ नाही. विष घेऊन ये.

क्रिटो : पण अजून तर सूर्यास्ताला वेळ आहे. त्याआधी इतर काही आणू का? आणि कित्येकजण तर सूर्यास्ताची वेळही पाळत नाहीत. घाई करू नकोस. तेवढी मुभा इथं प्रत्येकाला दिली आहे.

सॉक्रेटिस : लोक वेळ लावतात, ते मलाही ठाऊक आहे. त्यांचं बरोबरही आहे. त्यांना वाटतं, उशीर करून जीवन लांबवावं. पण मला असं काहीच वाटत नाही, हे तुला माहितीये. आता उशीर करणं हे वेडगळपणाचं आहे. कृपया आता मी सांगितलं तसं कर.

[क्रिटो खूण करतो. तुरुंगाधिकारी विषाचा पेला घेऊन आत येतो. सॉक्रेटिस त्याच्याकडून पेला घेतो.]

सॉक्रेटिस : तुला याबाबत खूप अनुभव आहे. शांतपणे मृत्यू यावा, म्हणून मला काही सूचना देऊ शकशील?

अधिकारी : एकच सांगू शकतो. विष प्यायल्यावर चालत राहा. त्यानं विष भिनण्यास मदत होते. पाय जड होईपर्यंत चालत राहा. मग जमिनीवर आडवा हो. विष आपलं काम करेल.

[सॉक्रेटिस निर्विकारपणे विष पितो. सर्वजण माना वळवून मूकपणे रडू लागतात. सॉक्रेटिस फेऱ्या मारत आहे. एकाच्या तोंडून न राहवून हुंदका बाहेर येतो. इतर सर्वजण रागावून, भांबावून त्याच्याकडे बघतात.]

सॉक्रेटिस : (फेऱ्या मारताना क्षणासाठी थांबत) हा कुठला चमत्कारिक आवाज? हे दृश्य नको, म्हणून तर मी स्त्रियांना घरी पाठवलं. माणूस शांतपणे मरावा, असा माझा विश्वास आहे. कृपया धीर धरा. शांत रहा.

[सर्वजण लाजून शांत होतात. सॉक्रेटिस काही वेळ चालतो. मग पाठीवर आडवा होतो. विराम. तुरुंगाधिकारी त्याच्या पायांकडे बघतो. मग पाय जोरात दाबतो.]

अधिकारी : मी तुझा पाय दाबतो आहे. तुला जाणवतंय ते?

सॉक्रेटिस : नाही.

[सॉक्रेटिस त्याच्या अंगावरील पांघरूण डोक्यावर ओढून घेतो. तुरुंगाधिकारी

आता त्याचा हात दाबून बघतो. विराम. काही क्षणांसाठी सॉक्रेटिस तोंडावरचे पांघरूण बाजूला करतो.]

सॉक्रेटिस : (शांत स्वरात) फिडो, अस्क्लेपियसला एक कोंबडं द्यायला हवं. माझ्या वतीनं तू ते नेऊन पोचवशील?

क्रिटो : लगोलग पोचवलं जाईल. अजून काही सांगायचंय?

[प्रश्नाला उत्तर येत नाही. मिनिटाभरानंतर किंचित हालचाल जाणवते. सॉक्रेटिसच्या अंगावरील पांघरूण काढले जाते. क्रिटो त्याचे उघडे डोळे मिटतो. गुहेतील सावल्यांप्रमाणे सर्वांच्या सावल्या मागील भिंतीवर दिसत आहेत. सर्वजण स्तब्ध. जणू बांधलेले. ४ मात्र एकटा बाजूला जाऊन एकाग्र झालेला दिसतो. काही काळ प्रकाश फक्त त्याच्यावर. मग अंधार.]

[पडदा]

दिग्दर्शकीय भूमिका आणि संकल्पना

प्रत्येक नाटक दिग्दर्शित करायला घेताना, करत असताना आणि केल्यानंतर वेगवेगळ्या प्रकारची अनुभूती त्यातून मिळते. नाटकातील आपल्याला आतवर, खोलपणे जाणवलेल्या मानवीय संवेदनांना आपण जर मूल्यात्मक, कलात्मक रीतीने जवळ जवळ जगण्या-मरण्याचाच प्रश्न म्हणून बघत भिडत असू, तर यशापयशाच्या पलीकडे जाऊन ते नाटक आपल्याला समृद्ध करते. आपल्याला जे नाटक मन:पूर्वक भावले आणि जे करण्यावाचून गत्यंतर नाही, असा साक्षात्कार होतो, त्या क्षणी ते नाटक ज्या कारणांसाठी भावले, ती कारणे मग उद्दिष्टे होतात, हेतू ठरतात. नाटक उभे करताना त्यातील प्रत्येक घटकाबरोबर क्षणाक्षणाला झगडा होतो. प्रत्यक्ष माणसे त्यात गुंतू लागली की हा गुंता विलक्षण होतो. कधी हा गोफ अंतर्बाह्य सुंदर होत चाललाय, असा प्रत्यय दिग्दर्शकाला येत राहतो. एखादा प्रसंग आपण आज उभा केल्याक्षणी एक लय, नाद, ताल, गती जाणवते. काळाशी आणि रंगमंचीय अवकाशाशी आपण काहीतरी सर्जन करतोय, ह्याचे प्रत्यंतर दिग्दर्शन करताना येते. संपूर्ण नाटक अशा पातळीवर उभे राहतानाचा काळ हा दीर्घ आणि वेदनामय, घालमेलीचा आणि अत्यंत अस्वस्थ करणाराच असतो. एकदा आराखडा झाला की थोडा श्वास घेता येतो. पण इतर अनेक प्रश्न रांगेने आ वासून उभेच असतात. नाटकाचा पहिला प्रयोग झाल्याक्षणी माझे दिग्दर्शक म्हणून नव्याण्णव टक्के काम संपते. अशा वेळी जर जो प्रयोग आपण मनाशी धरलाय, तो पलीकडे प्रेक्षकांच्या मनात, हृदयात, बुद्धीत पोहचला असेल किंवा काहीतरी कुठल्यातरी पातळीवर का होईना, त्या काळातील महत्त्वाचे काही हातून घडलेय, ही भावना माझ्या मनात उमटली, तर मला कृतकृत्य वाटते. मग जे जे राहिले त्याविषयी खंत, निराशा, रुखरुख मनात दाटते. आधी केलेल्या नाटकाच्या वैचारिक, तांत्रिक गफलती या नाटकात सुधारायला जाव्यात, तर पुन्हा नव्याने अनेक नवीन चुका त्यात दिसू लागतात. पुन्हा नव्या जोमाने, प्रखर इच्छेने नव्या नाटकाची वाट पाहण्यावाचून गत्यंतर नसते. या प्रवासात प्रथमत: आशय सर्वांगांनी सघनदृष्ट्या आधी स्वत:ला कळावा लागतो. त्या आशयातून पाकळी उमलावी, तशी शैली फुलावी लागते. नाटकासारख्या सांघिकरीत्या सादर केल्या जाणाऱ्या कलाप्रकारात अनेक घटकांतील

सुसंवाद गरजेचा असतो. कुठलीही तडजोड न करता हव्या त्याच पद्धतीने हे नाटक होण्याकरता दिग्दर्शकाला या गुणांबरोबरच अर्थकारण, व्यवस्थापन यांतही सतत लक्ष घालावे लागते. प्रत्येक टप्प्यावर वेगळ्या दर्जाची, वकुबांची अपेक्षा घेऊन आलेली माणसे भेटतात. त्यांना जरा अनवट सूर ऐकायला लावणे आणि त्यांच्याकडून ते म्हणवून घेणे हे काम ऊर्जा मागणारे असते.

हे थोडे पाल्हाळ झाले आहे खरे; पण दिग्दर्शकीय भूमिका समजून घेताना ही पार्श्वभूमी उभी राहावी, असे वाटते. मी जेव्हा नाटक दिग्दर्शित करायला घेतो, तेव्हा मी वरील सर्व अवस्थांतून स्थित्यंतर करतो. जेव्हा एखादे नाटक मी ऐकतो, त्यात माझ्या म्हणून काही खास मागण्या असतात. मी आत्ता जे काही जगतोय, त्याच्याशी ह्या लिखाणाचा काय संबंध आहे? त्यातून कुठले तत्त्व मला प्रत्यक्ष जगण्याला भान देते? माझ्या काळातल्या कुठल्या आशयविषयांना ते स्पर्श करते? मराठी रंगभूमीच्या, तसेच जागतिक रंगभूमीच्या संदर्भात ते नाटक नेमका कुठला नवा विचार (तर्कशास्त्र) रंगभूमीवर आशय वा शैलीत बदल घडवतो? त्यातली भाषा आणि शब्दांच्या आत दडलेला अर्थ किती विविध छटांचा स्तर ध्वनित करतो? ऐकणे, पाहणे आणि समजणे या तीनही घटकांशी त्यातले काय नावीन्यपूर्ण आहे? येथपासून ते, ते नाटक मला कुठला बौद्धिक, मानसिक आनंद देते वगैरे प्रश्न मला पडत राहतात. मुळात माझी कशात तरी तंद्री लागली पाहिजे. मी आजवर जे जगत आलो, त्याला पुन्हा नव्याने जाग यायला हवी. आजूबाजूच्या परिस्थितीचे भान यायला हवे. माझ्या जगण्यात या नाटकाने काहीतरी भर घालायलाच हवी, अशी तीव्र इच्छा असते. या सर्व गोष्टींबरोबर मला इतरही अनेक गोष्टी खुणावत राहतात. मला रंगभूमीवरील ताण-तणाव आणि दबाव (Tensions & Pressures) अनुभवण्यात गंमत वाटते. मग हे ताण-तणाव आणि दबाव आशयातून येत असोत वा आकृतिबंधातून. रंगमंचावरील अवकाशात बोलले जाते, तेव्हा आणि बोलले जात नाही, तेव्हा काय काय होत राहते आणि या क्षणांमध्ये नेपथ्य, रंगभूषा, वेशभूषा, प्रकाशयोजना आणि संगीत कसे अर्थपूर्ण होत जाते, हा मग व्यक्तिगत शोध असतो. रंग, रेषा, पोत, आकार, नाद आणि घाट अनुभवासा वाटतो. मात्र या शोधातील केंद्रस्थान 'आशय' हाच असतो. त्या दृष्टीने मला नाट्यलेखक हा मूलभूतपणे महत्त्वाचा वाटतो. तो काय तीव्रतेचे आशयद्रव्य देतो, त्यावरच ही दिशा ठरते. तर हा आशय माझ्या अभिव्यक्तीची आंतरिक गरज आहे, असे मला दिग्दर्शन करताना जाणवावे लागते. रोजच्या जगण्याच्या रसरशीत अनुभवातून आलेला आशय नाटकात असावा आणि तो जिवंत माणसांच्या द्वारे प्रकट केला जावा, ही त्यात

धडपड असते. आवाज, चेहरा आणि संपूर्ण शरीराच्या हालचाली यांतून मग मला लेखकाने दिलेल्या शब्दाला धरून अधिक पुढे जाता येते का, हा प्रयत्न त्यात असतो. कधी कधी लेखकाच्या म्हणण्याहून वेगळेच—कदाचित सर्वस्वी टोकाचे असे दर्शनही घडवले जाऊ शकते. नाटकाचा अर्थच दिग्दर्शक बदलू शकतो. मात्र अशी लवचीक शक्यता मूळ गाभ्यात मात्र असावी लागते.

दिग्दर्शन करताना मला जगण्यातले सूक्ष्म, तरल ते ढोबळ, बटबटीत सर्व क्षण (moments) हालचालींद्वारे (movements) घडवावेसे वाटतात. एक नवी प्रतिसृष्टीच जवळ जवळ निर्माण होते. रंगमंचीय अवकाशात एक व्यक्ती कशी, कुठे, का, केव्हा आणि कधी उभी राहते, यावर अनेक गोष्टी अवलंबून असतात. या व्यक्तीशेजारी दुसरी वा तिसरी व्यक्ती आली, तर मग मजा येते. या घटनेत सर्व काही घडते. माणसांचे एकत्र येणे येथपासूनच नाटक सुरू होते. पुढे प्रेक्षक जेव्हा नाटक पाहू लागतात, तेव्हा तर मला एकूण मानवजातीविषयी आदरच उत्पन्न होतो.

मला विविध रूपे धारण केलेली, वेगवेगळ्या आकारमानांची, उंचीची शरीरे अनेकविध कोनांतून रंगमंचावर हलवावीशी वाटतात. आतवर समजलेल्या अर्थाला जेव्हा नट व्यक्त करून पाहतो, तेव्हा त्याच्या शरीरातून जादूच्या पोतडीतून वस्तू निघाव्या, तसे अजब रसायन सतत बाहेर पडल्यासारखे वाटते. नुसती मान हलवणे किंवा एखादे बोट हलणे यातून त्या रंगमंचीय अवकाशात काहीतरी 'चेटूक' होते. अशा वेळी मला मी स्वत: चित्रकला, शिल्पकला, नृत्यकला, गायनकला यांच्याबरोबर अनेक शास्त्रांच्या संगमात उभे राहिल्याचा भास होतो. हे सर्व घटक एकमेकांना अक्षरश: लगडलेले असतात. नाटकाचे दिग्दर्शन करताना हे जाणवते. प्रत्यक्ष जगण्यात तर हे भान इतके जागृत होते, की एकाच वेळी एकच क्षण बहुविध स्तरांवर जाणवतो. यात मग कधी कधी व्यक्तिगत बाजूला पडून मानससमूहाकडे मी अलिप्त होऊन पाहू लागतो. आनंद मिळतो. अशा वेळी आणि सृष्टीत दडलेला शहाणपणा अनुभवायला येतो.

'सूर्य पाहिलेला माणूस' हे मला अभिप्रेत असलेले नाटक म्हणूनच मला अत्यंत पोटतिडिकेने करावेसे वाटले. या नाटकाच्या दिग्दर्शकीय संकल्पना आणि भूमिकेविषयी आज लिहिताना हे नाटक सुरू कसे झाले, हा इतिहासही मग अशा वेळी आवश्यकच ठरेल. त्यातील घटनाही मग कदाचित माझ्या संकल्पनांना आणि भूमिकेला स्पष्ट करणाऱ्याच ठरतील.

'प्रेमाची गोष्ट' या नाटकाच्या दौऱ्यात डॉ. श्रीराम लागूंनी मला 'मा. वसंत

पळशीकरांनी लिहिलेले 'सत्याग्रही सॉक्रेटिसचे वीरमरण' हे पुस्तक वाचले का', असे विचारले. मी वाचलेले होते. डॉक्टरांनी त्यावर 'त्यांना एकपात्री करायची इच्छा आहे आणि ते मी दिग्दर्शित करेन का?' असे विचारले. मी आनंदाने होकार भरल्यावर अर्थातच लिहिणार कोण? असा प्रश्न आला. त्यावर मी 'मला हा विषय पूर्ण नाटकाच्या स्वरूपातच दिसत असून, हे लिहू शकेल असा नाट्यलेखक म्हणजे मकरंद साठे आहे', असे सुचवले. मला मकरंदचेच नाव घ्यावेसे वाटले, त्याची कारणेही होतीच. एकतर त्याचे आणि माझे नाटकानाटकांतून घट्ट होत गेलेले नाते हे तर होतेच, जे मला नाटक करताना उत्कटतेने गरजेचे वाटते. मला नाट्यलेखक आणि माझे कलाकार यांच्याबरोबर मानसिक-बौद्धिक पातळ्यांवरचे सर्व मंथन अपेक्षित असते. त्यातून मी मकरंदला स्वतंत्र प्रज्ञेचा लेखक मानत आलेलो आहे. त्याच्या नाटकांत मी कधी नट म्हणून होतो, तर कधी नाटकाचा दिग्दर्शक म्हणून होतो. त्याच्या अत्यंत वेगळ्या संवेदनशीलतेशी मला नाते जोडावेसे कायमच वाटत आलेले आहे. सहअनुभूती आणि सहवेदना भोगू इच्छिणारे एकत्र असल्यास संवाद साधायला, सूर लावायला उपयुक्तच ठरते. त्यातून त्याची आजवरची सर्व नाटके बौद्धिक श्रम घ्यायला लावणारी होती. आशयाबरोबर त्याच्या नाटकांची अत्यंत गुंतागुंतीची व्यामिश्र मांडणी पूर्वसूरींहून निश्चितच वेगळी आहे. तसेच मकरंदच्या साध्या, सरळ, अनलंकृत भाषेवर माझे फारच प्रेम आहे. बोलीभाषेशी तो अत्यंत सहज जवळीक साधतो. ती भाषा आजचे सर्व संदर्भ मुळासकट घेऊन येते. नाटकातील व्यक्तिरेखा, प्रसंग आणि एकूण मांडणी वास्तव आणि अतिवास्तवतेच्या पातळीवरून आधुनिकोत्तर कशी होत जाते, हे माझ्या अनुभवास आलेले होते. मात्र 'सूर्य पाहिलेला माणूस' हे त्याच्या लिखाणातले आणि माझ्या दिग्दर्शनातले म्हटले तर थोडे नेहमीच्या आधीच्या शैलीला सुबोध वळसा घातलेले नाटक आहे. डॉ. श्रीराम लागूंच्या म्हणण्यामुळे आम्ही या नाटकाकडे वळलो. पण वळताना मात्र पळशीकर सरांच्या पुस्तकाला पूर्णत: टाळून हे नाटक घडवायचे होते. सॉक्रेटिसकडे पाहायचा मूलभूत दृष्टिकोन हे एक कारण त्यात होते. हे नाटक आम्हाला सॉक्रेटिसच्या जीवनावर आधारित असणारे नको होते. त्यात कमीतकमी दंतकथा असायला हव्या होत्या. प्लेटोच्या डायलॉग्जना आणि त्यातून प्रकट होणाऱ्या सॉक्रेटिसला केंद्रस्थानी ठेवून त्याने मांडलेल्या कालातीत तत्त्वांना आम्हाला आमच्या संवेदनेने भिडायचे होते. एका अर्थाने आजवर अनुभवलेल्या आणि स्फूर्तीने लिहिलेल्या नाटकापेक्षा कोणी सुचवलेल्या घटनेकडे पाहून त्याच्याशी नाळ जोडायचे काम लेखक म्हणून मकरंदला करायचे होते. अशा वेळी इथे फक्त कारागिरी राहूच शकत नाही. स्वतंत्र प्रज्ञेच्या

लेखकासाठी हा अनुभव त्रासदायकच असणार. त्यात अलिप्तता येण्याचा धोकाही असणार, पण पुन्हा योगाने मकरंदच्या अभ्यासाचा विषय तत्त्वज्ञान असल्याने या विषयाकडे स्वत:चेच निकष घेऊन भिडणे त्याला शक्य झाले. एकदा स्वत:चेच झाल्यावर मग आधीच्या नाटकांइतकाच वेदनामय प्रवास झाला. अभ्यास म्हणून लेखकाच्या अनेकविध शक्यता त्याला आणि दिग्दर्शक म्हणून मला तपासता आल्या. या घटनेने एकूणच ऊर्जा मिळाली, हे खरे. सर्व मूळ वृत्ती त्यात राहूनही हा वळसा घातला गेला.

नाटकात पुन्हा आधीची गुंतागुंत होतीच. गुहाप्रकरण आणि सॉक्रेटिस हे एकमेकांना समांतर उदाहरण म्हणून होते. कुठल्याही काळातल्या तीव्र भान असणाऱ्या व्यक्तींना त्या त्या कालखंडात 'जगायचं कसं?' किंवा 'रात्रंदिन आम्हां युद्धाचा प्रसंग' वाटतच असते. असे वाटणारी चार माणसे मकरंदने गुहेतल्या अंधकारमय परिस्थितीत उभी केली आणि सॉक्रेटिसच्या नैतिक आचरणाचे दर्शन त्यांना घडवले. या चौघांच्या नजरेतून किंवा खरंतर आम्ही आज अशाच काहीशा भांबावलेल्या परिस्थितीत जगणाऱ्यांच्या प्रातिनिधिक व्यक्तिरेखांच्या दृष्टिकोनातून आपण सॉक्रेटिसने आचरणात आणलेले तत्त्व पाहत, तपासत जातो. आम्ही आत्ता ज्या काळात जगत आहोत, तो कालखंड आधीच्या सर्व कालखंडांहून निश्‍चितच निराळा आणि अत्यंत आव्हानात्मक आहे. सर्व मूल्ये, विचारप्रवाह कोसळत असताना उभे राहायला नैतिक बळ नाही, अशी अवस्था आहे. विविध पातळ्यांवर जगभर अभूतपूर्व गोंधळाची परिस्थिती आहे. एका अर्थाने निर्नायकी समाज अशा एका टप्प्यावर आहे, की पुन्हा सत्य, सदाचरण, न्याय, नैतिकता या तत्त्वांचा पुनर्विचार व्हावा. तेव्हा अशा अवस्थेत, काहीच पूर्ण मान्य आणि विश्‍वासार्ह न वाटण्याच्या स्थितीतही सॉक्रेटिसला आहे तसा न स्वीकारूनही त्याने मांडलेल्या कुठल्याही काळात आचरणाच्या पातळीवर पुन:पुन्हा स्वीकाराव्याशा वाटणाऱ्या तत्त्वांकडे पाहणे हा या नाटकाच्या दृष्टीने महत्त्वाचा मुद्दा होता. हे होताना लेखक म्हणून त्याला आणि दिग्दर्शक म्हणून मला जटिल समस्यांना आणि प्रक्रियेला सामोरे जावे लागलेले आहे. एकतर ग्रीसममधली संपूर्ण मानसिकता किंवा परिस्थिती आम्हाला जशीच्या तशी आज मान्यच करता येऊ शकणार नव्हती. गुलामांपेक्षाही कमी स्थान असलेल्या त्या समाजातील स्त्रीकडे आज आपण तसे पाहू शकणार नाही. सॉक्रेटिसची बायको झांटिपी कजाग, मूर्ख होती आणि तिच्याविषयीच्या दंतकथा आम्हाला मजा म्हणून स्वीकारता येऊच शकत नव्हत्या. तिची मानवीय तडफड जी इतरांच्या नजरेतून कदाचित अनाकलनीय, चेष्टेचा विषय असेल, ती आम्हाला

स्वीकारायची नव्हती. अशा अवस्थेत जगणाऱ्या व्यक्तीला तत्कालीन, सामाजिक, राजकीय, मानसिक आणि शारीरिक कितीतरी पदर असू शकतात. मकरंदचे मला लेखक म्हणून हे योगदान वाटते, की आजच्या स्त्रीवादी भूमिकेतून जवळ जवळ सॉक्रेटिसइतकेच महत्त्वाचे स्थान त्याने झांटिपीला प्रदान केले. ती जे सहज जाता जाता उद्गारते, ते तिच्या अस्सल जगण्यातून समग्रपणे उगवलेले तत्त्वज्ञान आहे. तिच्यासमोर सॉक्रेटिसदेखील क्षणभर थक्क होऊन सत्याचे नव्याने आकलन करून घेत कबुली देतो, हे मला फार मोलाचे वाटते.

तर अशा प्रकारच्या मुद्द्यांबरोबरच सॉक्रेटिसचे उदाहरण आजच्या काळाला लावून पाहताना त्यातल्या अनेक मिती आम्ही तपासलेल्या आहेत. त्यातून कुठल्याही अर्थी सॉक्रेटिसला हिरो करणे हे आम्हाला अभिप्रेत उरलेच नाही. त्याचा मृत्यू 'ग्लोरिफाय' झाला नाही. सॉक्रेटिसच्या भाषेप्रमाणेच नाटकाचा पोतही साधा, सरळ, अकृत्रिम राहावा, हा प्रयत्न मी करत होतो. अशा व्यक्तिरेखा असलेली नाटके अनेकदा नकळत फार घरगुती तरी होतात किंवा फार 'डेकोरेटिव्ह' तरी होतात. या दोन्ही शक्यता मी नाकारत जाऊ इच्छित होतो. इथे एक मुद्दा मांडावासा वाटतो, तो असा की हे नाटक मी पूर्णत: 'पिरियड प्ले' ज्याला म्हणतात, त्या अर्थी बघत नव्हतो. एका मर्यादेपर्यंत मी त्यातील इतिहास, तत्त्वज्ञान काही लेख, पुस्तकांद्वारे अभ्यासले आहे. अर्थातच नाटकात बोलले जाणारे वाक्य माझ्या संदर्भात काय अर्थ मनात उमटवते, हा विचार मी करत होतो. एखाद्या निष्णात अभ्यासकापेक्षा मला अशा वेळी कलाकृती म्हणून आशय माझ्या जगण्यातून पाहावासा, अनुभवासा, भोगावासा वाटतो. अनुभवांची व्याप्ती, खोली आणि अंतर्यामी स्फूर्ती यांवर माझा अनेकदा भर राहिलेला आहे. ह्या नाटकाकडे मात्र थोडे याला जोडून बौद्धिक चौकटीत उतरावे लागले.

नाटक लिहून झाल्यापासून ते त्याच्या पहिल्या प्रयोगाच्या २४ जानेवारी १९९९ या दिवसांपर्यंत साधारण नऊ महिने या नाटकाचा प्रवास होता. अनेक वाचने झाली, त्यातून मुद्दे आले. सर्वांनाच नाटक ऐकताक्षणी फारच आवडत असे. पण काहींना सुरुवातीचे गुहाप्रकरण आणि सॉक्रेटिस हे काही पचनी पडत नसे. सात आंधळे आणि हत्ती या रूपककथेसारखे मी या प्रकरणाकडे पाहत होतो. तसेच आयुष्यभर सत्याचा शोध घेणाऱ्या माणसांना व्यक्तिगत पातळीवर जे आध्यात्मिक, सामाजिक लढे द्यावे लागतात, ते त्या गुहाप्रकरणात मला अर्थपूर्ण रीतीने दिसत होते. बरं, नाटकाच्या शेवटीही काही सारांश, बोध वगैरे देणे टाळलेले होते. नाटकातल्या चौथ्या व्यक्तीला 'जगण्याला कदाचित ही वाट पुन्हा एकदा खुली होतेय का बघ, बाबा' एवढेच

आम्हाला मर्यादित ठेवायचे होते. अर्थातच हे जोपर्यंत त्याचा प्रयोग होत नव्हता, तोवर सिद्ध होत नव्हते. तसेच, जरी प्रयोगात सिद्ध झालेच नसते, तरीही आम्ही आमचा तो पराजय आहे, असेही मानलेच नसते. एखादी अमूर्त संकल्पना मोठ्या मानससमूहापुढे उलगडताना सर्व काही सर्वांना एकाच तीव्रतेने कळेल, ही शक्यता सफल होतेच, असे नाही. पुढे प्रयोगात मात्र हे नीट मिसळले गेले, तसेच ते त्यामुळेच अधिक अर्थवाही झाले, असे अनेकांनी सांगितले.

नाटकाची वाचने पहिले दोन महिने टप्प्याटप्प्यांत झाली. पुढे डॉक्टर दोन महिने अमेरिकेला जायचे होते, त्याआधी मी फक्त डॉक्टरांचेच प्रसंग रंगमंचस्थ केले. नाटक उभे करण्याच्या एकूणच पद्धतीत हे थोडे विचित्र होते. साधारणतः सुरुवातीपासून नाटकाची तालीम करतात आणि ते योग्ही आहे. इथे मी उलटेपालटे करत होतो. संपूर्ण नाटक मी माझ्या पेपरांवर रेखांकित केले. त्यात आधीच्या प्रसंगांची लय मनात घोळवून फक्त डॉक्टरांचे प्रसंग उभे केले. मग डॉक्टर अमेरिकेला गेले. त्या दरम्यान डॉक्टरांना वगळून इतरांचे प्रसंग उभे केले. यात फार तगमग व्हायची. कारण अर्धवट, सुटे सुटे वाटायचे. डॉक्टर आल्यावर मग संपूर्ण मिश्रण केले गेले. यात लेखक-नटांशी माझी चांगलीच चर्चा झाली. वादविवाद झाले. माझ्या संरचनेला प्रश्न केले गेले. लेखकाने जसे शब्द, वाक्य तोलूनमापून परत परत विचार करून लिहिले, तसाच मीही तशाच प्रक्रियेला सामोरा गेलो. काही काही वेळा जुन्या परंपरांची मुळे वर यायची. तीच तीच ठरावीक पद्धतीची रंगमंचीय मांडणी व्हायची. अशा वेळी ती निर्दयपणे छाटावी लागली. या नाटकात माझे हे शिक्षण फारच झाले. एकाच वेळी वेदनामय आणि एकाच वेळी आनंददायी. आपल्या घरचे कार्य समजून सर्वांनी बिनदिक्कत, खुले होणे, प्रश्न करणे, अडवणे आणि विचार करायला लावणे हा मला या प्रवासातला महत्त्वाचा भाग वाटतो. मला माझी नाटके करताना साहचर्याचा काळ उपयुक्त वाटतो. मी तेवढा घेतो. 'वेटिंग फॉर गोदो' या नाटकाच्या मानसिकतेला आपलेसे करताना माझ्या कलाकारांबरोबर जवळ जवळ दोन वर्षं मी मुक्तपणे घालवली होती. कुणी येतो, पाठ करतो आणि निघून जातो या प्रकाराशी माझे नाते जुळू शकत नाही.

मला नट निवडताना रंग, रूप, आकारमान हे महत्त्वाचे तर वाटतेच, पण सर्वांत महत्त्वाचे म्हणजे त्याचा आवाज, आवाजाची जातकुळी आणि त्याची इतर कलाकारांबरोबर त्या नाटकात असणारी पट्टी, हे तपासणे अत्यावश्यक वाटते. काही वेळा तर मला त्या भूमिकेला योग्य आवाज आहे की नाही, हे नटाला पाहण्यापेक्षा ऐकणे गरजेचे वाटत आलेले आहे. याव्यतिरिक्त माझ्याबरोबरच या नटांनी स्वतःला

विविध पातळ्यांवर किमान त्या काळात तरी रगडून घ्यावे असे वाटते. कलाकारांशी भावनिकरीत्या नाते जोडणे आणि एकमेकांनी आतआतून खुले होत जाणे ही मला माझ्या दिग्दर्शनातील गरजेची गोष्ट वाटते. माणूस म्हणून एकत्र आल्यावर काहीतरी 'अनुभव' एकमेकांत वाटला जावा, ही धडपड त्यात असते. या काळातही आवाजाचे, शरीराचे व्यायामप्रकार केले, संगीत ऐकले, वाचने केली. कुठल्याही नटाला ठाकूनठोकून तयार करण्यापेक्षा, तसेच आहे तेवढेच त्याच्यातले गुण 'वापरण्या'पेक्षा त्याच्यात अंकुर जागवण्याचे काम आनंददायी वाटते. अशा वेळी नाटकाचा प्रयोग अंतिमत: होणे जरी आवश्यक असलेच, तरी मला त्यापेक्षा ह्या प्रवासातले हे 'असणे' मोलाचे वाटते. माझ्या दृष्टीने प्रयोगकला दुय्यम स्थानावरच असते.

नट म्हणून व्यक्ती दिग्दर्शकाच्या परिघात येते, तेव्हा ती अनेक चांगल्या-वाईट गोष्टींना चिकटलेली असते. तिच्या काही सवयी असतात. त्या व्यक्तीचा एकूण जगाकडे पाहण्याचा दृष्टिकोन तर असतोच, पण रंगभूमीवर असण्याचा निराळा विचारही असतो. त्यातही ती व्यक्ती संवेदनशील असेल, तर अनेक गुंतागुंतीच्या प्रक्रियांना ती तिच्या अनुभवांसकट त्या त्या भूमिकेला भिडत असते. अनुभवांचा विस्तीर्ण साठा, बौद्धिक कुवत आणि सर्जनाचे सामर्थ्य हे नटाच्या ठायी विपुल प्रमाणात लागते. त्यातून 'नट' ही व्यक्ती अशी आहे की, जी कमालीची आळशी असते. लेखक-दिग्दर्शकाइतक्या नुसत्या नटाच्या भावभावना ते नाटक होण्याइतक्या तीव्र असतातच, असे नाही. त्यातून नट हे निर्बुद्ध असले तरी चालतात; असा गैरसमज अनेक दिग्दर्शकांमध्ये असतो. बरं, नटाचा दुसरा प्रश्न अनेकदा असा उभा राहतो, की ते अनेकदा त्यांनी केलेल्या किंवा त्यांच्या यशस्वी नाटकातील रसायनालाच चिकटून राहतात. त्यामुळे काही नट सतत भूतकाळातच वावरत असतात. वर्षानुवर्षे ते तसेच त्याच सवयी, लकबींमध्ये गंजत पडलेले असतात. तेव्हा त्यांना त्या काळातून बाहेर काढण्यासाठी परिश्रम घ्यावे लागतात. त्यांना नाटक समजावून देत असताना, त्यांच्याकडून प्रसंग करवून घेत असताना अनेक उदाहरणे द्यावी लागतात, तर काही अभिनितही करून दाखवावे लागते. याबरोबर मराठी व्याकरण आणि आवाजशास्त्रही लक्षात घ्यावे लागते. मानवी मनोव्यापारांची गुंतागुंत तसेच बौद्धिक आव्हान असणाऱ्या नाटकात दिग्दर्शकाची भूमिका फारच मोलाची ठरते. नटाची कुवत अनेक गोष्टींनी वाढते. उत्तोत्तम वाचन, पाहणे, ऐकणे तसेच इतर कलांचा, शास्त्रांचा जाणीवपूर्वक विकास त्याने करायलाच हवा. दृष्टी व्यापक आणि नजर खोल हवी. नाटक नसलेल्या किंवा काम नसलेल्या काळात त्याला हे

काम खूप करावे लागते. पण अर्थातच अजूनही आपल्याकडे ही व्यावसायिक दृष्टी फार कमी प्रमाणावर विकसित झालेय. 'व्यावसायिक म्हणजे अर्थकारण' असा चुकीचा अर्थ त्या शब्दाला चिकटलाय. थोडक्यात लेखकानंतर दिग्दर्शकाचा 'खेळ' सुरू होतो, तो नटांबरोबर! नाटकातील सर्व नट प्रगत विचारांचे, लवचीक शरीरसंपदेचे आणि स्वच्छ वाणीचे अभावानेच मिळतात. त्यांना त्या त्या नाटकाच्या काळात घडवावे लागते. कधी त्यांचे दोष काढावे लागतात, तर कधी त्यांच्या दोषांचाच सकारात्मक उपयोग करावा लागतो. नट म्हणून ही जाग आणि माणूस म्हणून भान आणण्याचे हे काम दरवेळी नव्या उत्साहाने करणे थकवणारे असते. पण त्यातच खरे नाटक दडलेले असते. कधी चुचकारत, कधी रागावत, तर कधी प्रेमाने हा संवाद होत असतो. अशा वेळी माणूस म्हणून मग आपण सगळ्यांच्याच गुणदोषांत अडकून राहतो.

या नाटकात निवडलेले नट सुदैवाने ह्या ना त्या कारणाने पुण्यातील प्रायोगिक रंगभूमीशी निगडित असणारे होते. त्यामुळे निदान वैचारिक भूमिका एकदा स्पष्ट झाल्यावर गोंधळ उरला नव्हता. आपण हे काय आणि कशासाठी करतोय, याचे भान त्यांना होते. माझ्या नेहमीच्या सवयीप्रमाणे मी दर टप्प्यावर सतत मीटिंग्ज घेऊन हे स्पष्टही करत होतो. डॉ. लागूंबरोबर काम करण्याचा ताण सर्वांनाच कमी-अधिक प्रमाणात होता, पण अधिक काळ योग्य वेळ येऊन काम केल्याने दुरावा, भीती नष्ट झाली.

इतर नटांपेक्षा लागूंबरोबर या नाटकाच्या बीजापासूनच आम्ही एकत्र होतो. सतत वाचन, चर्चा, मुद्दे निघत होते. नाटक एका मर्यादेपर्यंत डॉक्टरांना फारच आवडत होते. त्यांचे अनेक मुद्दे ते मांडत होते. काही वेळा आग्रही होते. त्यांचा आम्ही साधकबाधक विचार करत होतो. काही वेळा आम्ही करत असलेला विचार अलग पडत होता. पण डॉक्टरांचे मोठेपण हे की काही विचार त्यांना पटत नसूनही ते आमच्या म्हणणे समजून घेत होते. एका टप्प्यानंतर तर सर्व विश्वास त्यांनी माझ्यावर टाकला. त्यांची भूमिका मला दिग्दर्शक म्हणून कशी दिसते, हे मी त्यांना छोटे पत्र लिहून सांगितले होते. त्यांच्या पिढीतील अनेक नटांबरोबर शब्दाचाही संवाद साधताच येऊ शकत नसताना डॉक्टरांबरोबर यथेच्छ बोलता येते, हा फार सुसंवादित भाग त्यांच्या नट म्हणून मोठे असण्यातला मोलाचा आहे.

डॉक्टर लागूंसारख्या प्रतिभावान नटाबरोबर काम करणे अशा वेळी फारच आव्हानात्मक वाटले. 'प्रेमाची गोष्ट' हे नाटक 'वाचिक अभिनय' हे पुस्तक यांमुळे माझा त्यांचा संबंध दृढ होता. पहिली भीती नव्हती. पण नवी होतीच. या नाटकात

सॉक्रेटिसचे ज्युरीच्या समोरचे अखंड पस्तीस मिनिटांचे भाषण आहे. कुठल्याही नटाला ताकद दाखवायला हे पुढील काळात उपयुक्त ठरेलच. डॉक्टरांचा उत्साह, ताकद अभूतपूर्व असली तरी वयपरत्वे काही मर्यादा येत राहतात. त्या त्यांना भेडसावतील का, हा प्रश्न माझ्यासमोर होता. मी ते मधेच अडले, विसरले तर काय करायचे, हा प्रश्न सतत स्वत:ला करायचो. संभाषण तर तेवढेच हवे. शिवाय इतर युक्त्याही नकोत. पण आज मात्र माझी ती भीती कितीही खरी असली तरी डॉक्टरांच्या थक्क करणाऱ्या निष्ठेने अनाठायी ठरवली, हे मान्यच करायला हवे. डॉक्टरांच्या आजवर केलेल्या भूमिकांहून ही भूमिका वेगळी होती. त्यांनाही कुठलाही आव, आवेश न आणता सॉक्रेटिसच्या साधेपणाला स्पर्श करायचा होता. नाटकी होण्याची शक्यता होती. पण डॉक्टरांचा 'सॉक्रेटिस' ही फार महत्त्वपूर्ण घटना ठरली. सर्व विचार आत्ताच मनातून आल्यासारखे गप्पा मारण्याच्या थाटात त्यांनी पेश केले. मी पहिल्या प्रयोगाला विंगेतून प्रचंड धडधडत्या हृदयात ते साठवून ठेवलेत हे माझे भाग्य. त्यांच्याबरोबरच पुण्यातील नाटकांवर नितांत प्रेम आणि निष्ठा असणारे गजानन परांजपे, सुधीर मुंगी, दिलीप जोगळेकर, अनिल भागवत, अभय गोडसे, निशीथ दधीच, समीर जोशी, सुधीर राजदेरकर, प्रवीण खांदवे, धीरेश जोशी, पूर्वा केसकर, ज्योती सुभाष हे कलाकार होते. नाट्यप्रयोगात ही सर्व मंडळी सॉक्रेटिसइतकीच अस्तित्व भारून टाकणारी ठरली.

नाटकाच्या नेपथ्याचा विचार मी मकरंदबरोबर प्रथमपासूनच करत होतो. मकरंद मूळचा वास्तुशिल्पकार. त्याला नेपथ्यात रस असणे, याला वास्तुशिल्पकला कारणीभूत आणि उपुयक्तही ठरते. त्यातून तोच लेखक असल्याने अंगभूतपणे नेपथ्याचा विचार प्रत्यक्ष वा अप्रत्यक्ष होत असतोच. नाटकात जे काळाचे आणि स्थळांचे स्तर आहेत, तेच नेपथ्यातून दाखवले गेले. नेपथ्य म्हणून रंगमंच व्यापणारे तीन फ्लॅट्स आणि दोन लेव्हल्स अर्थवाही झाल्या. लवचीकपणे आगमन-निर्गमन झाले. रंगमंचावरील संपूर्ण अवकाश त्याच्या लांबी-रुंदी-खोलीसकट वापरायला तर मिळालाच; पण भौमितिक रचनाही करता आल्या. नटाचे शरीर हेच नेपथ्य म्हणून मला जे वापरायला आवडते, ते करण्याकरता मकरंदने डिझाइन केलेले नेपथ्य फार उपयुक्त ठरले. व्यक्ती जेव्हा रंगमंचीय अवकाशात पदार्पण करते, तेव्हा तिला अनेक दृश्य-अदृश्य घटक चिकटले जाऊ लागतात. नेपथ्यातील वेगवेगळ्या उंचीच्या आणि लांबीच्या फ्लॅट्सच्या पार्श्वभूमीवर व्यक्तीचे हे असणे मला कॅलिडोस्कोपमधील विविध रचनांप्रमाणे संरचनेला उपयुक्त ठरले. नेपथ्याच्या रंगसंगतीतही संपूर्ण मातीचे रंग वापरले. करडा, मातकट, लालसर रंगांनी

आशयाच्या साधेपणाला सामावून घेतले. या नेपथ्यावर नटांच्या हालचाली अकृत्रिम तर करता आल्याच, पण त्याच वेळी आखीवरेखीवही करता आल्या. असे नेपथ्य आम्ही अर्थातच वेशभूषा आणि प्रकाशयोजनेचा विचार करून केले.

वेशभूषा श्याम भुतकरांनी केली. श्याम हा मूळचा चित्रकार. रंगांची उत्तम जाण असणारा. मी अनेकदा माझ्या नाटकांतून मुद्दामहून श्रेष्ठ चित्रकारांच्या चित्रांना डोळ्यांसमोर ठेवून दृश्यात्मकता उभी करायचा प्रयत्न केला होता. तो अनेकदा मुद्दामहून केल्याने असफल झालेला होता. पण या नाटकात मात्र हा मुद्दामहून करायचा प्रयत्न मी फेकून देऊन सहजपणे करायचा प्रयत्न केला. अर्थातच हा योग श्याममुळे साधला. आम्ही दोघांनी पुस्तके चाळली. त्याने वेशभूषेची रेखाटने केली. नेपथ्याच्या पार्श्वभूमीवर त्या त्या व्यक्तिरेखांच्या मानसिकतेला अनुसरून रंग निवडले. व्यक्तिरेखांचे नाटकातील स्थान आणि त्या व्यक्तिरेखांच्या इतरांबरोबरचा वावर रंगांच्या निवडीत लक्षात घेतला होता. कापडांचा पोतही साधाच निवडला. याला जोडून रंगभूषेचा विचार झाला. कुरळे केस, भरगच्च दाढ्या आदी सर्व रंगरंगोटीला फाटा दिला. रंगभूषाकार विक्रम गायकवाडने सॉक्रेटिसची दाढी व्यक्तिरेखेला आणि अर्थातच डॉक्टरांना डोळ्यांसमोर ठेवून तयार केली. घरातले वृद्ध आजोबा वाटावे, इतपत ती त्यांच्या चेहऱ्याला शोभली. उगाचच ग्रीक म्हणून अट्टहास आम्ही टाळला किंवा अनावश्यक डिटेल्स भरले नाहीत.

मला माझ्या नाटकांतली प्रकाशयोजना फार तरल, उबदार, व्यक्तिरेखांना योग्य उठाव, भाव-भावना निर्माण करण्यासाठी अर्थाला खोली देणारी असावी असे वाटते. हे नाटकही त्याला अपवाद नव्हते. प्रकाशाचे-अंधाराचे आपल्या जगण्यातले स्थान किती महत्त्वाचे आहे, हे आपण सर्वजण जाणतोच. प्रकाशाच्या तीव्रतेवर अनेकदा मानसिक आंदोलने होत असतात. त्या त्या प्रकाशाशी आपले आंतरिक नाते सतत निर्माण होत असते. रंगमंचावरील दृश्यात्मकतेत मी काय निर्देश करतोय, हे मला प्रकाशस्रोतातून दाखवायला मिळते. रंगमंचावरील पूर्ण प्रकाश एकाच बाजूला परिघात, धूसर आणि पूर्ण अंधार यातून जिवंतपणाचा प्रत्यय येत राहतो. स्थळकाळाला आणि एकूणच अवकाशाला प्रकाशछटांनी अर्थपूर्णता येते. या नाटकातील गुहा आणि अथेन्समधील विविध स्थळे तमाशामध्ये ज्याप्रमाणे स्थळकाळ लवचीकपणे बदलतात, तशी बदलली आहेत. तसेच भूतकाळ-वर्तमानकाळ कधी विभक्तपणे येतो, तर कधी त्यांचे एकमेकांत मिश्रण होते, ही सर्व किमया सहजपणे कुठलीही तांत्रिक करामत टाळून श्रीकांत एकबोटे आणि हर्षवर्धन पाठकने केली.

संगीताबाबत या नाटकाचा विचार मी जेव्हा करत होतो, तेव्हा प्रथमत: मला ते ऐकूच येत नव्हते. पुढे जसजसे नाटक बाळसे धरू लागले, तेव्हा मात्र मला पं. भास्कर चंदावरकरांची आठवण आली. नाटकासाठी संगीत रचायचे नव्हते. मग आहे त्यातून निवड करायची ठरल्यास तेच ते ठरावीक मिळण्याची भीती मला वाटली. चंदावरकर सरांना नाटक ऐकवले. त्यांनी पुढे रंगीत तालीम पाहून नोंदी केल्या. त्यांनी या नाटकाला कशा प्रकारचे संगीत असावे, हेही मला समजावून सांगितले. तसेच त्यांच्या जवळच्या चेलो या वाद्याच्या ध्वनिफिती ऐकवल्या. चेलो या एका वाद्यातून, त्याच्या सुरावटीतून एकाच वेळी एकटेपणा आणि धैर्यशीलता जाणवली; जी सॉक्रेटिसच्या व्यक्तिरेखेला मला अनुरूप वाटली. पुढे चंदावरकर सरांनी वेगवेगळ्या प्रसंगांसाठी संगीताचे तुकडे ध्वनिमुद्रित करण्यासही मदत केली आणि संपूर्णत: निवडीचे स्वातंत्र्य मला दिले. त्यांच्या मते त्यांनी ते लादण्यापेक्षा मी दिग्दर्शक म्हणून आणि नटांनी आतून त्या संगीताशी नाते जोडणे अभिप्रेत होते. पुढे तालमीतसुद्धा संगीतामधून कुठल्याही प्रकारे कृत्रिम गोडवा, गुंगी, तसेच रुदनही व्हायला नको होते, हे पथ्य पाळले. चंदावरकर सरांनी निर्देश केलेले बहुतांशी तुकडे अर्थवाही झाले. नाटकाच्या सुरुवातीला संपूर्ण अंधारात चेलोचे एक मिनिटाचे एक आवर्तन जवळ जवळ नाटकाचा मूड निर्माण करणारेच होते. नाटकाच्या सर्व अंगांचा विचार कस लावून करताना समांतर रेषेतच अर्थकारणाचा विचारही महत्त्वाचाच होता. एकूणच मराठी रंगभूमीचा आज अर्थशास्त्रीय दृष्टिकोनातून विचार करता फार अवघड काळ आहे, असे वाटते. एकूणच जी जीवनाची गती बदललेय, गावातली अंतरे ताणली गेली आहेत, तसेच इतरही अनेक गोष्टींच्या अंतर्भावाने पूर्वीसारखे किंवा प्रायोगिक रंगभूमीवर ज्या निष्ठेने अनेक माणसे पदराला खार लावून वेळ काढत असतात, त्याप्रमाणे आज अभावाने ही शक्यता राहिलेली आहे. त्यातून मला आता इतक्या वर्षांनंतर असे वाटते, की किमान गरजा भागायला हव्यात. नटाने शांतपणे जाऊन उत्तमरीत्या प्रयोग सादर करावा आणि स्वत:च्या खिशातून तरी निदान पैसे घालू नयेत. नटांना पैसे मिळाले, तर उत्तमच. तेव्हा मी असेच नट निवडले की ज्यांचे जगणे पूर्णत: नाटकातील पैशांवर अवलंबून नाही. पुण्यासारख्या ठिकाणी आता मोठ्या प्रायोगिक संस्थाही मनुष्यबळ, आर्थिकता आणि उत्साहाअभावी मंदावल्या आहेत. नटांना एक प्रयोग करण्यासाठीचे इतर राबणे नकोसे झालेय. बरं, मनुष्यबळ उभे राहते, पण अर्थकारण कसे करायचे, हा प्रश्न भेडसावतो. एका स्थानिक प्रयोगाला मानधन न देता पाच ते सात हजार खर्च होतो; तर बाहेरगावचा दहा ते बारा हजार होतो. माझा अट्टहास मी 'प्रेमाची गोष्ट'पासून सुरू केला होता,

की माझे नाटक व्यावसायिकरीत्या सादर व्हायलाच हवे. मी त्यासाठी युक्त्याप्रयुक्त्या योजेन. संपूर्ण नाटकाच्या निर्मितीचा खर्च अल्प ठेवता येईल का? हा विचार मुख्य असतो. नाटकाच्या निर्मितीत सुदैवाने डॉक्टरांचा सहभाग होता, हेही कुणी मला पैसे द्यायला तयार असणे यातील मुख्य कारण होतेच. या नाटकाच्या वेळी मी विविध प्रकारे गणिते मांडली. कागदावर असे सिद्ध केले, की कमी खर्च आणि मिळालेले दहा प्रयोग यांचे एकासएक नाते जोडले, तर खर्च वसूल व्हावा. निर्मात्याला पैसे परत मिळाल्याचे पुण्य पदरात पडावे. नाटक चाललेच तर मग गणिते बदलतील. असे सगळे अनेक निर्मात्यांना सुचवूनही कोणीच असा विषय व्यावसायिक-प्रायोगिक रंगभूमीवर मांडायला तयार होईना. असा विषय, मांडणी बघायची मानसिकता प्रायोगिक रंगभूमीवर असते; पण व्यावसायिक रंगभूमीची नाटके पाहणारा प्रेक्षक ही मानसिकता तयार नसलेला असतो, हे त्यांचे म्हणणे. त्यावर माझे म्हणणे, की मग हे बदलायचे आहे की नाही? आपण जे आंतरिक कळकळीने करू, ते पाहिले जायलाच हवे वगैरे मतेही मांडत होतो. 'प्रेमाच्या गोष्टी'चे दाखलेही देत होतो. दुसऱ्या बाजूने डॉक्टरही झगडत होते. शेवटी विजय केंकरेंनी त्यांच्या 'स्फूर्ती थिएटर' या बॅनरखाली तीस हजार रुपये देण्याचे मान्य केले. त्याला जोडून मग धीर करून 'मनोरंजन' या पुण्यातील संस्थेने चाळीस हजार रुपये दिले. हे धाडस मनोहर कुलकर्णी आणि मोहन कुलकर्णींनी केले. या सत्तर हजार रुपयांत मी नाटकाच्या झेरॉक्स प्रती, तालमी, वेशभूषा, रंगभूषा, नेपथ्य, संगीत, रंगीत तालमी करून जर पहिल्या दहा प्रयोगांत तोटा आला तर सहन करायचा होता. हे सर्व सांगायचे कारण नाटक दिग्दर्शित करताना हे मुद्दे फार महत्त्वपूर्ण ठरतात. त्या चौकटीत राहून तुम्हाला कल्पनेच्या भराऱ्या मारायच्या असतात. पुढे अर्थातच या ताणाचा शेवट गोड सुफल संपूर्ण झाला. नाटक पन्नास हजारांतच झाले. पहिल्या काही प्रयोगांतूनच सर्व पैसे परत मिळाले. प्रयोग उत्तम रीतीने सुरू राहिले. दिल्लीच्या राष्ट्रीय नाट्यमहोत्सवात गौरवले गेले. यात अर्थातच सर्व कलाकार, संबंधित मित्रमंडळींचा संपूर्ण सहभाग होता, हे मान्यच करावे लागेल. पण या निमित्ताने ही आडवाट आता वहिवाट होईल, असे वाटते. आपल्याला हवे ते नाटक हव्या त्या पद्धतीने करून आर्थिकदृष्ट्या किमान नेटके होऊ शकते, हा धीर सर्वांनाच आला.

त्या अर्थाने कुठलीही नाटकी भाषा, तंत्र वगळून केलेले हे नाटक प्रेक्षकांनी सुजाणपणे स्वीकारले, हा भाग फारच आनंददायी होता. कुठलेही धक्का देणारे तंत्र यात नसूनही अनाटकीय पद्धतीने नाटकीय कसे होता येते, हा प्रयोग करून पाहता आला. अर्थ सरळ पोहचवता आला. मुद्दामहून काही टीका करणे किंवा आत्ताच्या

काळातील करण्यासाठी ढोबळ दिशा स्वीकारणे हे सर्व टाळूनही प्रेक्षकांच्या मनात सर्व बाजू अनेक स्तरांवर उलगडत होत्या. 'नाटक म्हणजे काय असं असतं?' या प्रश्नावर 'नाटक म्हणजे असंही असू शकतं' ही शक्यता त्यात गवसली, तरी खूप झाले.

नाटक पूर्ण झाले तरी एकटेपणाची, एकाकीपणाची भीती पुन्हा मनात साचू लागते. अस्थिरता जाणवू लागते. नवे प्रश्न घोंघावत येतात. माणूस म्हणून वाढत असताना माझ्यातले न्यूनत्व जाणवते. कालच्या गावावरून येथवर पोहचताना अनेक चुका झाल्या असे वाटते. अनेक सुधारल्या असे वाटते. एकटेपणात गंड, विकार लख्ख दिसतात. मग वाटते, आता नवे नाटक हवे हे सारे मांडायला! कलेपेक्षा माणूस म्हणून मीच मला 'एक्स्पोझ' करायला हेच बरे वाटते.

दि. ३ मार्च १९९९ **अतुल पेठे**
पुणे